சேரதாண்டவம்

பாவேந்தர் பாரதிதாசன்

Title: Sera Thandavam

Author: Bharathidasan

Language: Tamil

First Published on: 1948

Year of Publication: 2024

Book Format: Paperback

*Page Size: 6inch * 9inch*

Category: Fiction

Subject: Drama

No. of pages: 154

ISBN: 978-81-685729-1-1

Published by: Nilan Publishers, Madurai, Tamilnadu, India

பொருளடக்கம்

முதற் பதிப்பின் முன்னுரை

அத்தி என்னும் சேரன் ஆடற்கலைக்கு உயிரளித்தோன் ஆதலின் ஆட்டன் அத்தி எனப்பட்டான்.

சேரதாண்டவம் என்பது சேரன் ஆட்டனத்தியின் கூத்து எனப் பொருள்படும். எனவே, சேரனின் கூத்துப் பற்றிய நூல் இது என்க.

கூத்துப் பற்றிய நூல் எனின், கூத்தின் இலக்கணம் கூறும் நூலோ, அன்று. சேரனின் கூத்தே இக்கதைக்கு வேராகவும், மரம் கிளையாக வும் வருதலின் சேரதாண்டவம் கதை விளக்குவதென்க.

ஆட்டனத்தி ஆதிமந்தி பற்றிய வரலாறு, தொடர்பாக யாண்டும் கிடைப்பதின்று. பாண்டியன் உயிர் விட்டபின் பாண்டியன் மனைவிக்குக் கண்ணகி கூறியதாக உள்ள மூன்று கற்புக்கரசியர் வரலாறுகளில், ஆதிமந்தி வரலாறு ஒன்று என்றுமட்டும் காணப்பட்டது கொண்டு, அத்தகைய வரலாறு நூல்களில் நுணுகி ஆராயப்பட்டது.

பரணர், அகநானூற்றில்.

222ஆம் செய்யுளில் -

கழா அர்ப் பெருந்துறை விழவி னாடும்
ஈட்டெழிற் பொலிந்த ஏந்துகுவவு மொய்ம்பின்
ஆட்டனத்தி நலன் நயந் துரைஇத்
தாழிருங் கதுப்பின் காவிரி வவ்வலின்
மாதிரந் துழைஇ மதிமருண் டலந்த

ஆதிமந்தி காதலற் காட்டிப்

படுகடல் புக்க பாடல்சால் சிறப்பின்

மருதி யன்ன மாண்புகழ்

எனவும், *286* ஆம் செய்யுளில் -

ஆட்டனத்தியைக் காணீ ரோவென

நாட்டின் நாட்டின் ஊரின் ஊரிற்

கடல் கொண்டன் றெனப் புனலொளித்தன்றெனக்

கலுழ்ந்த கண்ணள் காதலற் கெடுத்த

ஆதிமந்தி

எனவும், *396* ஆம் செய்யுளில் -

ஆர்வ நெஞ்சம் தலைத்தலை சிறப்பநின்

மார்பு தருகல்லாய் பிறனா யினையே

இனியான் விடுக்குவன் அல்லன் என மந்தி

பனிவார் கண்ணள் பலபுலந் துறையக்

கடுந்திறல் அத்தி யாடணி நசைஇ

நெடுநீர்க் காவிரி கொண்டொளித்தாங்கு

எனவும், *135* ஆம் செய்யுளில் -

எழுதெழில் மழைக்கண் கலுழ நோய்கூர்ந்து

ஆதிமந்தியின் அறிவுபிறி தாகி

எனவும், *376* ஆம் செய்யுளில் -

ஒலிகதிர் கழனிக் கழாஅர் முன்றுரைக்

கலிகொள் சுற்றமொடு கரிகால் காண

... ...

புனல் நயந்தாடும் அத்தி அணி நயந்து

காவிரி கொண்டொளித் தாங்கு

எனவும், 76ஆம் செய்யுளில் -

கச்சினன் கழலினன் தேந்தார் மார்பினன்

வகையமைப் பொலிந்த வனப்பமை தெரியல்

கரியலம் பொருநனைக் காண்டி ரோவென

ஆதிமந்தி பேதுற் றினையச்

சிறைபறைந் துரைஇச் செங்குணக் கொழுகும்

அந்தண் காவிரி ... ...

எனவும், வெள்ளிவீதியார், அகம் 45 ஆம் செய்யுளில்

காதலற் கெடுத்த சிறுமையொடு நோய்கூர்ந்(து)

ஆதிமந்தி போலப் பேதுற்று

அலந்தனென் உழல்வென் கொல்லோ?

எனவும், இளங்கோவடிகள், சிலம்பு 21, 11-15 இல் -

மன்னன் கரிகால் வளவன் மகள் வஞ்சிக்கோன்

தன்னைப் புனல்கொள்ளத் தான்புனலின் பின்சென்று

கல்நவில் தோளாயோ வென்னக் கடல்வந்து

முன்னிறுத்திக் காட்ட அவனைத் தழீஇக்கொண்டு

பொன்னங் கொடிபோலப் போதந்தாள்

எனவும், ஆதிமந்தியாரே, குறுந்தொகை 31ஆம் செய்யுளில் -

மன்னர் குழீஇய விழவி னானும்

மகளிர் தழீஇய துணங்கை யானும்

யாண்டுங் காணேன் மாண்டக் கோனை

யானுமொ ராடுகள மகளே யென்கைக்

கோடீ ரிலங்குவளை நெகிழ்த்த

பீடுகெழு குரிசிலுமோ ராடுகள மகனே

எனவும் சொல்லிய செய்திகள் காணப்படுகின்றன.

இவையின்றி வர்ண சூசி எனும் ஏட்டுப் பிரதியில் மருதி சில வரிகளால் மேன்மைப்படுத்தப்படுகிறாள்.

இவைகளைக் கொண்டே சேரதாண்டவத்தை இவ்வாறு எழுதினேன்.

இச் சுவடி மட்டப் பதிப்பு. இனி வெளியிட எண்ணும் இதன் மேன்மைப் பதிப்புக்கு இது ஓர் படி போல்வதே.

- பாரதிதாசன்

கதை உறுப்பினர்

ஆட்டனத்தி : சேரநாட்டிளவரசன்

ஆதிமந்தி : சோழநாட்டரசன் மகள்

சோழன் : ஆதிமந்தியின் தந்தை

சோழமன்னி : ஆதிமந்தியின் தாய்

இரும்பிடர்த்தலையார் : சோழனின் மாமனார்

வல்லமன் : சேரனின் மைத்துனன்

குன்றத்தோளான் : சேரநாட்டு ஒற்றர்

படைத்தலைவன்

நெய்தலி : கடற்கரை சார்ந்த ஊரினள்

சின்னை : நெய்தலியின் தோழி மற்றும், சேரனின்

அன்னை, நெய்தலியின் தந்தை, அரசவை

உறுப்பினர், தோழியர், ஊர்ப் பெருமக்கள்,

கள்வன், தொழிலாளர்.

சேரதாண்டவம்

சேரதாண்டவம்

காட்சி - 1

சேரநாட்டின் அரண்மனையில் அமைந்த ஆடல் அரங்கில், சேரநாட்டுப் படைமறவர்களும், அறிஞர்களும், அமைச்சர் முதலியவர்களும், ஆடல் காணும் அவாவுடன் நிறைய அமர்ந்திருக் கின்றார்கள்.

கூட்டிசை முழங்கி அறுதியடைகிறது.

ஆடல் ஆசிரியனும், ஆட இருப்போனுமாகிய சேரன் ஆட்டனத்தி அரங்கின் நடுவில் தோன்றுகிறான், மணித்தேர் நிலைக்குவந்து நின்றது போல்!

சேரன் ஆட்டனத்தி செப்புகின்றான்;

வாழ்க! சேரநாட்டு மறவர் வாழ்க! பெருமக்கள் வாழ்க!

மேலும் விளம்புகின்றான்;

இன்றைய அரங்கு, என் படைமறவர்க்கு! அவர்கள் போர்த் திறம் பெறுவதற்கு! அவர்களின் உள்ளம் உயர்வு பெறவேண்டும் என்பதற்கு!

என் அரசியல் உறுப்பினரும், அறிஞர்களும் கருத்தோடு காண்க. என் படைமறவர், பார்ப்பதோடன்றிப்

பார்த்தவைகளைத் தம் போர்வாழ்வில் மேற்கொண்டு புகழ் பெறுவாராகுக.

இன்னும் இயம்புவான்:

இன்றைய அரங்கில் ஆடல், பழைய வரலாறு தழுவியதாகும். அவ்வரலாறும் என் பாட்டன் நாளில், நாட்டுப்பற்றும் தோள் வலியுமிகுந்த ஒரு போர் மறவனின் போர்த்திறத்தைக் குறித்ததாகும்! ஆடல் துவக்கம் செய்கிறேன்.

சேரன் ஆட்டனத்தி திரையில் மறைகிறான்; அவையினர் வாழ்த்துகின்றனர்!

காட்டுக் குயிலும் கடல் முழக்கமும் ஒத்து இசைத்தாற்போல் கூட்டிசை துவங்குகிறது. சேரன் ஆட்டனத்தி ஆடி வருகின்றான். பின்னிசையும், வரலாறு குறித்துப் பாடும் இன்னிசைத் தமிழும் ஒன்று பட்டுக் கேட்போர் காதில் இன்பத்தைப் பொழிகின்றன. ஆடுவோனின் ஆடுங்காலடி இயக்கம். முழவு முழக்குவோனின் விரல் இயக்கத்திற்குச் சரிநிகர்! அவன் கண்ணும் கருத்தும், வரலாற்றின் கருத்தை எண்பித்துக் கலையின்பத்தை வார்த்தன.

ஆடல், பாடல், அழகு என்னும் அம்மூன்றினின்று, கடலின்மேல் இளஞாயிறுபோல் வரலாறு தோன்றுகிறது. பார்ப்போர் பாழுலகை மறந்தனர்; இன்ப உலகில் வாழ்வாராயினர்.

அந்த வரலாற்றுச் சுருக்கம்

போர்க்களத்தில், செங்குருதிச் சேற்றில் பல்லாயிரம் பிணங்கள் புதைந்துள்ளன. ஒரு பிணம் தன் தலையைத் தூக்குகின்றது.

மெல்ல எழுகின்றது. கண் உறுத்தித் தொலைவில் நோக்குகின்றது. வாளைத் தூக்குகின்றது. மற்றொரு கையால் கேடயம் தூக்க வேண்டும். இடக்கை ஒட்ட அறுபட்டிருக்கிறது. ஆயினும் ... ... ?

ஆயினும், அந்த ஒற்றைக் கைப் போர்மறவன் ஓடுகிறான் பகைப்படையை நோக்கி! அவன் தள்ளாடி விழுகின்றான் - ஆயினும் ... ... ?

ஆயினும் ஓடுகிறான், சடுதியில் எழுந்து. அவனுடைய அவிழ்ந்த தலைமுடி கண்ணை மறைக்கின்றது. ஓடுகின்றான், ஒரு கையில் வாள் முனையால் முடியை விலக்கிய படி!

தன்நாட்டுப் படையைத் தள்ளிக்கொண்டே முன்னேறுகின்ற பகைப்படையைப் பின்னிருந்து அறைகூவி அழைக்கின்றது ஒரு செங்குருதி முகம்! அழைக்கின்றது ஒற்றைவாளின் முனை.

எதிரியின் படைமறவர்கள் திரும்பிப் பார்க்கின்றார்கள். அவர்களின் வியப்பு அவர்களை அச்சக்கடலில் ஆழ்த்துகின்றது. நொடியில் ஆயிரம் பேரைப் பின் கிடத்தி முன்னேறுகிறான். இந்நேரம் பிணமாய்க் கிடந்தவன்.

பகைமன்னனின் பெருந்தேர் முன்னேறிச் செல்லுகின்றது. அதை எதிர்நின்று மறிக்கின்றது ஓர் அகன்ற மார்பு! அதட்டுகிறது ஓர் இடிக்குரல்! செங்குருதி சொட்டும் ஒற்றை வாள் - நிறுத்தடா - போருக்கு அழைக்கிறது!

ஒற்றைக் கை வாளுக்குத் தேரோட்டியின் உடல் இரு துண்டு! தேர் நின்றது.

பகை மன்னன், ஒற்றைக்கை மறவன் இருவர்க்கும் வாட்போர்:

நொடியில் பகைமன்னன் மடிகிறான். அருகிலிருந்த உடற் காப்பாளர் மடிகின்றார்கள். எங்கும் கலக்கம்! எங்கும் சோர்வு! எங்கும் அவலம்!

ஒற்றைக் கையன் பகைப்படைக் கடலை நீந்தித் தன் நாட்டுப் படையின் அருகு அடைகின்றான்.

தன் நாட்டுப் படைத்தலைவன் தாங்காத வியப்படைகின்றான். ஒற்றைக்கையன் திறம் கேட்டுப் புதிய எழுச்சி! பகைப் படையின் சல்லிவேரும் இல்லை. வெற்றி முழக்கம்! அதே நேரத்தில் ஒற்றைக்கை மறவனின் உடலில் ஒட்டியிருந்த உயிர் மீளா விடை பெறுகின்றது. போர்மறவன் உருவச்சிலை சேரநாட்டு நடுவில் நாட்டப் படுகின்றது. போர்மறவர், பெருமக்கள், வேந்தர் ஆகியோர் சிலைக்கு வணக்கம் செய்கிறார்கள்.!

இவ்வரலாற்றை ஆடலால், பாடலால், அழகால் விளக்கிய சேரன் ஆட்டனத்தியை அறிஞர் புகழ்கின்றார்கள். பார்த்திருந்த சேர நாட்டுப் படைமறவர் உள்ளத்தில் நாட்டுப்பற்றுப் பெருக்கெடுக் கின்றது. புதியவலிமை ஏறுகின்றது தோளில்! அவர்கள் எழுந்து. கையுயர்த்தி நிற்பதே போதாமல், குதித்துக் குதித்துப் போர்! போர்! ngh®! என்று முழங்குகின்றார்கள்.

சேரன் வந்து செப்புகின்றான்:-

இந்நாட்டு முதுமன்னனை, உங்கள் அருமைப் பழ மன்னனை, என் முன்னோனைக் கொன்ற சோழனையும், அவன் படை மறவர்களையும் நம் வாள் பழி வாங்கக் காத்திருக்கட்டும்!

போர்! போர்! போர்! படைமறவர் முழக்கம்.

அந்த நாளை நோக்கியே இமைக்காதிருக்கின்றன நம் கண்கள்! மார்பிலேயே மண்டிக்கிடக்கின்றது நம்மூச்சு! நம் இடைவிடா முயற்சி ஓங்குக!

நம் நினைப்பும் செயலும் எதைக் குறித்து?

சோழனோடு போரிடுவதற்கு! அந்நாள் விரைவில் வருக! கதிரும் விரைந்து செல்க; வீணான நாட்கள் விரைந்து கழிக! போர் நிகழ்த்தும் நாள் நமக்குச் செங்கரும்பின் தித்திக்கும் சாறு.

அரங்கினர் அனைவரும் ஆர்வத்தால், சோழன் வீழ்க என்று முழங்குகிறார்கள். முழக்கத்தின் நடுவில் ஓர் இடி முழக்கம் குறுக்கிடுகின்றது.

நடுவில் ஒரு போர் மறவன் குறுக்கிடுகின்றான்! அவன் எரிச்சலோடு கூச்சலிடுகின்றான்.

அவன், அங்கு அமர்ந்துள்ள இருவரைக் காட்டிக் கூறுகின்றான், கோடை இடிபோல்!

சோழன் வீழ்க என்று இவ்விருவர் சொல்லவில்லை.

சோழன் வீழ்க என்று சொல்லவுமில்லை; அவர்கள் உடல் ஆர்வத்தால் துள்ளவுமில்லை. சோழன் வீழ்ச்சி இவ்விருவர்க்கும் துன்பந் தருவதாயிற்றா? என்ன! பகைவன் வீழ்ச்சி இவர்கட்குப் பச்சை வேம்பா? என்ன!

கூட்ட நடுவில் அவ்விருவரும் இழுத்து வரப்படுகின்றார்கள்.

எல்லோருடைய வெறுப்பும் அவ்விருவர் மேல்!

ஒருவன் கூறுகின்றான் -

அவர்கள் சேரநாட்டாரல்லர்.

மற்றொருவன் -

அவர்கள் சோழ நாட்டின் ஒற்றர்கள்!

சேரன் ஆட்டனத்தி -

சிறைப்படுத்துக அவர்களை! விடிந்தபின் நம் அமைச்சர் அவர்களைப் பற்றி ஆராய்வார்கள்! என முடிக்க, அரங்கு முடிவுறுகின்றது.

காட்சி - 2

மறுநாள் காலையில், அரண்மனையின் உணவின் கூடத்தைவிட்டு அன்னை மானோக்கியாரும், சேரன் ஆட்டனத்தியும் நேற்று நடந்தவற்றில் குறிப்பிடத்தக்க செய்தியைப் பற்றிப் பேசிக்கொண்டே சுவடி அறை வந்து சேருகின்றார்கள்.

சுவைமிக்க பேச்சுக்களின் இடையே, சேரன் ஆட்டனத்திக்குப் பல புதிய கருத்துக்கள் கிடைக்கின்றன, அன்னையிட மிருந்து!

நீதி மன்றம் உன்னை எதிர்பார்த்துக் கிடக்கின்றது. விரைந்து செல் மைந்தா! என்றாள் அன்னை மானோக்கி, நன்று என்று செல்கின்றான் பிள்ளை.

காட்சி - 3

மதயானைக்கு நடை கற்பிப்பான் போலச் சேரன் ஆட்டனத்தி நீதிமன்றத்தில் நுழைகின்றான். அமைச்சர் முதலியோர் வாழ்த்துக் கூறி, வணக்கம் செய்கின்றார்கள். உயர் மணி மேடையில் உட்காருகின்றான் சேரன் ஆட்டனத்தி.

அமைச்சன் அறிக்கை -

அரசே, இவ்விருவரும் சோழ மன்னனால் அனுப்பப் பட்ட ஒற்றர்களே! யாளிக் கொடி இவர் பெயர்; அவர் பெயர் அழகுவேல்.

சேரன் ஆட்டனத்தி கேட்கின்றான் இருவரையும் -

சேரநாட்டில் போர்முயற்சி நடக்கின்றதா என்று அறிந்துபோக வந்தீர்கள்?

படையின் அளவைக்கூட!

வந்தது என்றைக்கு!

நீவிர் கண்ட அன்று.

எவ்வளவு அறிந்தீர்கள்?

பயனற்ற கேள்வி.

சொல்ல மறுக்கின்றீர்கள்?

கடமையைச் செய்கின்றோம்.

இன்னல் வரும்!

செத்த பிறகுமா?

சேரன் வியப்புறுகின்றான்.

உமது நாட்டன்பு நன்று! ஒற்றரே, உம் நாட்டுப் படையின் அளவு என்ன? என்னைப் பற்றி உம் மன்னனின் உள்ளக் கிடக்கை எப்படி?

கொம்புத் தேனுக்கு ஆசைப்படுகின்றீர்.

சொன்னால் தொல்லை குறையுமே, உமக்கு?

தொல்லை குறையும். ஆயினும், எம் புகழின் எல்லை குறையுமே!

இவர்களைச் சிறையில் தள்ளுங்கள்.

என்ன! தள்ளுங்களா! உங்கள் சிறை பள்ளத்திலா இருக்கின்றது?

இவர்கள் சாகும்வரை சிறையில் கிடக்கட்டும். செத்தபின் சுடுகாட்டிற் புதையுங்கள்.

அரசே, எங்குள்ள சுடுகாட்டில்?

இந்நாட்டில்!

பணிவோடு கேட்டுக்கொள்கின்றோம் நாங்கள் பிணமானால், அப் பிணங்களை எம் சோழநாட்டு எல்லையில், எம் தாய்நாட்டின் மண்ணில் எறிந்துவிட்டு வரும்படி தீர்ப்புச் செய்யுங்கள்.

சேரன் ஆட்டனத்தியும் மன்றில் உள்ளவர்களும் வியப்பில் ஆழ்ந்துவிடுகிறார்கள்.

சேரன் ஆட்டனத்தி செப்புகின்றான்:

உமக்குள்ள நாட்டன்பு வியக்கத்தக்கது. உமக்கு மன்னிப்புத் தர ஆசைப்படுகின்றது என் உள்ளம். ஆயினும் என் அரசியல் மறுக்கின்றது. நீவிர் சோழனைப் பற்றிய என் உள்ளக் கிடக்கையை நேரில் கேட்டறிந்து விட்டீர். என் படையின் அளவையும் அறிந்து கொண்டிருக்கின்றீர்கள். இந்த நிலையில் உம்மைச் சோழனிடம் அனுப்பலாகாதன்றோ?

ஆம் அரசே!

உம் பிணம் சோழ நாட்டுக்கு அனுப்பப்படும் என்று தீர்ப்பளிக்கின்றேன்.

காட்சி - 4

சேரநாட்டின் அரண்மனையில் ஒரு தனியறையில், சேரன் ஆட்டனத்தியின் பரபரப்பான பேச்சும், அதை உற்றுக் கேட்போரின் கண் ஒளியும் குறிப்பிடத் தக்கவை.

ஒற்றரே, உங்களுக்கு ஆடல் பாடல் தெரியும். சோழ நாட்டின் எல்லைப்புற மக்கள்போல் உருமாற்றிக் கொள்ளுங்கள். சோழ நாட்டின் நகரிலும். அரண்மனையிலும், மற்றும் எங்கணும் உங்கள் ஆடல் பாடல்களால் மக்கள் நெஞ்சைக் கவர்ந்து கொள்ள வேண்டும்

சோழனின் உள்ளக் கிடைக்கை, நாட்டு மக்களின் எண்ணம், படையின் அளவு, படைவீடுகளின் அமைப்பு, நாட்டின் அமைப்பு ஆகியவற்றைத் தெரிந்து வருக. செல்லுங்கள்; வெற்றியோடு திரும்புங்கள்.

குன்றத்தோளான் உள்ளிட்ட ஒற்றர் பத்துப்பேரும் பறந்து சென்றனர்.

காட்சி - 5

சோழ நாட்டின் எல்லைப்புறத்து வாயில் நீங்கிச் சோழ நாட்டு வேட்டுவர் பலர் வெளியில் வருகிறார்கள். எதிரில் வரும் குன்றத்தோளான், அவர்களைக் கேட்கின்றான்;-

நீங்கள் எங்கிருந்து வாரிங்கையா?

நாங்கள் விலங்கு வளைக்கக் காட்டுக்குப் போகிறோமையா.

எந்த நாடையா?

சோணாடு

அப்பண்ணா நம்ப நாடுதாண்டா, எலே.

நீங்க சோணாடாய்யா?

ஆமாய்யா, நாடகம் சொல்லிக்கப் போனோம். சொல்லிக்கிட்டு வர்ரோமையா. அப்படிண்ணா, கொஞ்சம் ஆடிக் காட்றோம் பாக்றீங் களாய்யா?

ஆமாய்யா, ஆமாய்யா, கொஞ்சோண்டு ஆடிக்காட்டுங் கோய்யா, கொஞ்சோண்டு பாடியும் காட்டுங்கோய்யா.

சேர நாட்டு ஒற்றர்கள் ஆடுகின்றார்கள்.

அவர்களிற் சிலர் பாடுகின்றார்கள்.

மற்றும் சிலர் முழவும் யாழும் குழலும் ஒலிப்படுத்துகின்றார்கள்.

சோணாட்டு வேட்டுவர்க்குச் சொல்லொணா மகிழ்ச்சி.

உங்களுக்குக் கரும்பு வேண்டுமா? என்கின்றான் ஒரு வேட்டுவன்.

மற்றொருவன், தேனும் தினைமாவும் தருகிறேனே உங்கட்கு என்கின்றான்.

குன்றத்தோளான் கூறுகின்றான்:-

நல்லவங்களா இருக்கீங்க நீங்க. ஆனா எங்களுக்கு மிக்க ஆசையா இருக்கிறது ஒண்ணே ஒண்ணு; கேட்டாத் தருவீங்களா?

கேளுங்கய்யா என்றார்கள் சோணாட்டார்.

நாங்க பத்துப் பேருங்க. இந்தப் பத்துப் பேருக்கு வர்ராப்லே வேட்டி, சட்டை, மேத்துண்டு குடுத்தா ஒங்க பேர் இருக்கும் என்று குன்றத்தோளான் கூறவே, மகிழ்ச்சியோடு தருகின்றார்கள். அவைகளை உடுத்திக்கொண்ட சேரநாட்டு ஒற்றர்கள், உடையால் சோழ நாட்டாராகவே தோற்றம் அளிக்கின்றார்கள்.

காட்சி - 6

எல்லைப்புற மதிலின் வாயில், கட்டுக் காவல் உள்ளதாய் விளங்குகின்றது. உருவிய கத்தியுடன் நால்வர் வாயிலில் காத்திருக்கின்றார்கள். நுழையவரும் பத்துப்பேர்களையும் நோக்கி, அவர்களில் ஒருவன் கழறுகின்றான்:-

எங்கே போக வேண்டும்?

எங்க ஊருக்குங்க ... ...

ஒங்க ஊருண்ணா?

தேன் வெள்ளங்க.

தேன் வெள்ளமா நீங்க? மெய்யா?

இது என்ன வொழுக்கக் கேடு!

பொய்யி வேறியா இதுலே? நல்லா இருக்கு!

இன்னொரு சேரநாட்டான் இடையில், நல்லா இருக்கு நாயம். ஒங்க வேட்டியிலே உள்ள சாயம்! இ ஹி ஹி.

மற்றொரு காவற்காரன் : பழமொழி பழகிறியா? பரியாசம் பண்றியா! சேரநாட்டுத் திருட்டுப் பசங்க நம்ப நாட்டிலே நொழைஞ்சி, நெலமை தெரிஞ்சும் பூட்றாங்க! அதுக்காக அரசர் விழிப்பா காத்துட்டு இருக்கச் சொன்னாங்க, நீங்க என்னான்னா இளிக்கிறீங்க, போங்க! போங்க!

ஒற்றர்கள் பத்துப்பேரும் சோழநாட்டில் நுழைந்து விட்டார்கள். நகர் நோக்கிச் செல்கின்றார்கள், சேரநாட்டுத் திருட்டுப் பசங்க என்று காவற்காரன் சொன்னதை எண்ணி எண்ணி எரிச்சலுடன்.

காட்சி - 7

(ஒரு திங்கட்கு அப்பால்)

வணிகத் தெரு அறநிலையத்தில், தனியறையில், ஒற்றர்கள் பத்துப் பேர் பேசிக்கொள்ளுகிறார்கள்:

ஒருவன் கூறுவது :

நம் வேலைகள் முடிந்தன, நாடு திரும்பலாமே!

தலைவன் குன்றத்தோளான் கூறுகின்றான்;

வணிகப் பண்டசாலைகளை, பெருவகை நிலையங்களைப் பார்ப்போமாயின் நாட்டின் செல்வ நிலையும், பொருள் விளைவும் பிறவும் அறிந்துகொள்ள முடியும்.

மற்றோர் ஒற்றன் உரைக்கின்றான் -

அரண்மனையில் ஆடினோம். அழகிய தெருக்களில் ஆடினோம். படைவீட்டில் ஆடினோம். பெரிய அலுவலகத்தினர் வீடுகளிலும், தோட்டக் கச்சேரிகளிலும் ஆடினோம். இரும்பிடர்த் தலையார் இல்லத்தில் ஆடினோம். அரும்பும் இளநகை ஆதிமந்தியின் தனியறையில் ஆடினோம். அறிய வேண்டுவன அறிந்தோம் பெறவேண்டுவன பெற்றோம்! கடைத் தெருவிலுமா? ஆடுவதற்கு இனி என்ன இருக்கின்றது? கட்டு மூட்டையை!

குன்றத்தோளான் மறுத்துக் கூறுவான்:-

செங்கண்ணரே, கடைத்தெருவில் அறிய வேண்டியவை பல இருக்கின்றன என்கின்றேன் நான்; ஒற்றர் குழுவின் தலைவன் என்ற முறையில்!

செங்கண்ணன் : *மன்னிக்க!*

காட்சி - 8

கடைவீதியின் ஒரு திறந்த வெளியில் மக்கள்கூட்டம் மிகப்பெரிதாகிறது. பெருவாணிகர். ஆடல் காணக் கூடியுள்ளனர். மற்றும் ஆடவர் பெண்டிர் அளவற்றார் கூடியுள்ளனர். அப்பக்கத்து வாழ்கின்ற அலுவலினர் கூடியுள்ளனர். ஊர்க்காவலர் கூடியுள்ளனர். உள்நாட்டின் உளவறிவோர். கூடியுள்ளனர். எட்டுக் கால்நட்டு, மேலே பட்டு விரித்துக் கட்டிய ஆடல் அரங்கு அழகு செய்கின்றது. மேடையிட்டனர். அதன் மேற் சரிகை ஆடையிட்டனர். தரைமட்டும் தொங்கும் திரையிட்டனர்.

ஓசையில்லை. மக்கள் காதில் செந்தமிழ் புகத் தொடங்கிற்று. வியக்க, வியக்க, மெல்லென ஆடிவந்தான் ஒருவன். பல்லிசையும் எல்லையில்லா இன்பத்தை ஈந்தன. பாட்டொன்று, பின் கேட்கலாயினர். அப்பாடலின் பொருளை ஆடுவோரின் கை கண் நிலை இதழ் இவற்றினால் விளக்கியதானது வயிரத்தின் எதிரில் விளக்கிட்டது போலிருந்தது. அப்பாடல் வருமாறு-

பிறவியில் என்னென்ன புதுமை! – மக்கட்
பிறவியில் என்னென்ன புதுமை!
நறுமலர் சூடிய மங்கை ஒருத்தியும்
நானில மெச்சிடும் செம்மல் ஒருத்தனும்
சிறிதன்பு செய்குவர் சேயிழை ஈவாள்

சிப்பி முத்துக்கிணை பச்சைக் குழந்தையை(பிற)
பால் குடிக்கும் சிரிக்கும் சிறு கால்கைகள்
பார்த்திட ஆட்டும் தலைநிலை நின்றிட
ஏலும் பின்னே தவழும் பிற குட்கார்ந்
தெழுந்து நடக்கும் குழந்தைப் பருவத்தில்(பிற)
அஞ்சொல் பயின்றுநற் பாவைவிரும்பி ஆண்
டைந்தாகப் பள்ளி புகுந்து கலைகற்று
மிஞ்சுபத் தாறினில் மெல்லியைக் கூடிப்பின்
மெய்தளர் வார் இந்த வையக மீதினில்(பிற)

அரங்கு முடிகின்றது. அனைவரும் பணவுதவி செய்கின்றார்கள். சிலர் புகழ்ந்து கூறுகின்றார்கள். ஆட்டக்காரரை கப்பலர் சூழ்ந்து நிற்கின்றார்கள். அவர்களில், முன்னாள் அவர்கட்கு ஆடை அளித்த வேடர் சிலர்.

கூட்டம் விலகுகிறது. வேடர்களில் ஒருவன் கூறுகின்றான் ஆட்டக்காரரை நோக்கி -

நல்லா இருக்கிங்களாய்யா?

குன்றத்தோளான் கூறுகின்றான்-

நல்லா இருக்கேன் அண்ணே, போகலாம் பேசிக் கொண்டே!

வேடன் -

பொற வாசல்லே துணிகொடுத்தோமே நாங்கதான், நெனவு இருக்கா!

இவ்வுரையைச் சோழநாட்டுத் துப்பறிவோன் உற்றுக் கேட்கின்றான். குன்றத்தோளான் முதலியோர் வேடரைத்

தள்ளிக் கொண்டு போகிறார்கள், வேடர் பேச்சைப் பிறர் கேட்கலாகாது என்பதற்காக,

துப்பறிவோனும், இவர்களைப் பின் தொடர்கின்றான், அவர்கள் நிற்கவில்லை.

துப்பறிவோன் சொல்லுகின்றான், அதட்டலாக; ஆட்டக் காரர்களே, ஆர்காணும் வேடர்களே, நில்லுங்கள்.

நிற்கின்றார்கள்,

துப்பறிவோன் -

ஆட்டக்காரரை நோக்கி; நீவீர் எந்த நாடு?

அதற்கு வேடர்கள் பதில் கூறுகிறார்கள்: இந்த நாடு தாங்க, அதென்ன அப்படிக் கேட்கிறீங்க. எங்க சொந்தக்காருங்க.

குன்றத்தோளான் -

அவுங்க எங்க சொந்தக்காருங்க. நாங்க வேடர் தாங்க, நாங்க வேடரிண்ணு ஊர்லேல்லாம் சொல்லிக்கிங்க, அதனாலே எங்களுக்கு ஒண்ணும் கொறஞ்சிப் பூடாதுங்க, வெலங்கு வளைக்கிறவுங்க ஆட்டம் ஆட வந்துட்டாங்களேண்ணு மத்தவங்க நெனைக்கப்படாதேண்ணு, கொஞ்சம் மறைக்கிறதுங்க, நீங்கண்ணா சொல்லுங்களேன், முழுகியா பூடும்?

துப்பறிவோன் -

சரி சரி சரி. கோவிச்சிக்காதீங்க. சேரநாட்டு ஆட்கள் சோழ நாட்டிலே புகுந்து மறைவான நிலையைத் தெரிஞ்சும்

போறாங்க. அதுக்காகக் கேட்டேன். அதுக்காகவே நம்ப அரசர் எங்களெ துப்பறிய ஏற்படுத்தியிருக்காங்க

குன்றத்தோளான் :

அதென்ன எளவோ எங்களுக்குத் தெரியாது.

(போதல்)

காட்சி - 9

ஆடல் அரங்கில் மாணவர் பலர் அமர்ந்திருக்கிறார்கள்

சேரன் ஆட்டனத்தி செப்புகின்றான் -

முத்தமிழ் பிறந்த வகையை விரித்துரைப்பேன் ஆடலால்.

திரையில் மறைகின்றான்.

கூட்டிசை முழங்குகின்றது. சேரன் ஆட்டனத்தி ஆடி வருகிறான், பாடலின் பொருள் குறித்து!

பாடல்

விரிந்த இயற்கை அன்னாய் - எங்கும்
விளைந்த பொருளின் முதலே!
திரிந்த காற்றும் புனலும் இன்னும்
செந்தீ எவையும் உடையாய்!
தெரிந்த கதிரும் நிலவும் - பலவாய்ச்
செறிந்த உலகின் அழகே
புரிந்த உன்றன் செயல்கள் - எல்லாம்
புதுமை! புதுமை! புதுமை
அசைவைச் செய்தாய் அங்கே - ஒலியாம்
அலையைச் செய்தாய் நீயே
நசையால் காணும் வண்ணம் - நிலமேல்
நாலும் விரியச் செய்தாய்
பசையாம் பொருள்கள் செய்தாய் - இயலாம்

பைந்தமிழ் பேசச் செய்தாய்

இசையாம் தமிழைத் தந்தாய் - புள்ளினம்

ஏந்திழை யாரின் குரலால்!

எல்லாம் அசையச் செய்தாய் - உயிர்கள்

எதிலும் அசைவைச் சேர்த்தாய்

சொல்லால் இசையால் இன்பம் - எமையே

துய்க்கச் செய்தாய் அடடா!

கல்லா மயில் வான்கோழிகள் - புறாக்கள்

காட்டும் சுவைசேர் அசைவால்

அல்லல் விலக்கும் ஆடற் - றமிழ்தான்

அமையச் செய்தாய் வாழி!

மாணவர் விழிகள் வியப்பால் விரிகின்றன. கை தட்டி ஆர்க்கின்றார்கள்.

வாழிய ஆடல்! வாழிய அரசர்!

சேரன் ஆட்டனத்தி, திரையில் மறைகின்றான். அரசியல் உடையுடன் அரங்கை அடைகின்றான்.

அவன் முடிவுரை கூறத் தொடங்குகிறான். அதே நேரத்தில், அரங்கின் மக்கள் கூட்டத்தில் பத்துப்பேர் நுழைகின்றார்கள். சேரன், அவர்களை நோக்குகிறான், வாழிய பெருமக்கள் என்ற ஒரே சொல் சொல்லி அரங்கை முடிக்கிறான். மக்கள், மீண்டும் அரசனை வாழ்த்திச் செல்லுகிறார்கள்.

சேரனும் அரங்கில் நுழைந்த பத்துப் பேர்களும் கருத்தூன்றிப் பேசியவண்ணம் தனியிடம் நோக்கிச் செல்லுகின்றார்கள்.

காட்சி - 10

சேரனின் அரண்மனை சார்ந்த தனியறையில் சேரனும் அரங்கில் நுழைந்த பத்துப் பேரும் ஒருபுறம் அமர்கிறார்கள்.

அவாவோடு சேரன் கேட்டான், வெற்றிதானே? என்று.

வெற்றி! முழுவெற்றி, இதோ இந்த ஏடுகள் சோழநாடு பற்றிய எல்லாத் தகவல்களையும் நன்றாகத் தெரிவிக்கும்

அப்படியா? மிக்க மகிழ்ச்சி. படையளவில் சோழன் நம்மினும் பெரியவனா?

பெரியவனில்லை. ஒத்தவன்.

ஆயுதங்களின் நிலைமை எப்படி?

அவைகள் துடைப்பவனைக் கூடப் பார்த்திருக்க முடியாது பன்னாளாக.

தரைப் படையின் சுறுசுறுப்பை நோக்கினீர்களா?

ஆம், நோக்கினோம். மறவர் தூங்குகிறார்கள். போர் நினைவே இல்லை!

இந்த விடைகள் சேரன் முகத்தில் ஓர் புது மெருகை விளைக்கின்றன.

அவன், அங்கெல்லாம் ஆடற்கலையின் நிலை என்ன? என்று பத்துப் பேரையும் கேட்கிறான்.

ஆடற்கலை அங்கு நல்ல நிலையில் இல்லை என்றே சொல்ல வேண்டும்.

சேரன் : *ஆடலின் சுவையுணரும் நிலையில் மக்கள் இல்லையா? சோழன் நாட்டில் புகுந்தீர் இத்தனை தகவல்கள் சேர்த்தீர். இம் முயற்சிக்கு உங்கள் ஆடல் திறமை பயன்பட்டதா?*

விடை : *சிற்றூரில் ஆடினோம். நகர்ப்புறத்தில் ஆடினோம். இரும்பிடர்த் தலையார் இல்லத்தில் ஆடினோம். அங்கு வளர்ந்துவரும் ஆதிமந்தி என்னும் சோழ மகளின் தனியறையில் ஆடினோம்.*

சேரன் : *சோழன், மகளை ஏன் தன் மாமன் வீட்டில் விட்டிருக்கிறான்!*

விடை : *சோழனின் மறுமனைவியால் ஆதிமந்திக்குத் தீமை நேரக் கூடும் என்பது ஒரு காரணம்; மற்றொரு காரணம், இரும்பிடர்த் தலையார் பல்கலை ஆய்ந்தவர். அவற்றை அவளுக்கு நல்குதல் வேண்டும் அன்றோ!*

உண்மையில், எங்கள் ஆடலை இரும்பிடர்த் தலையார் சுவைத்தார். அதன் அருமை பெருமையை அவர் பாராட்டினார். ஆதிமந்திக்கோ நாங்கள் அண்டையிலேயே தங்கி, ஆடிக்கொண்டே இருந்தால் போதும்!

சேரன் : *என்ன ஆடினீர்கள்?*

விடை : *இத்தனைக்கும் ஆடற்கலை என்னும் ஆலமரத்தின் மிலார்களையே அவர்கள் எம்மிடம் கண்டார்கள். பெரிய இடங்களை அவர்கட்குக் காட்டினால், நாங்கள் சேரநாட்டினர்*

என்பது தெரிந்துவிடக்கூடும். சிற்றூரில் வாழ்வாள் தன் மணாளனாகிய உழவனுக்குக் கூழ் கொண்டு போவதை நாங்கள் ஆடிய போது, ஆதிமந்தி மகிழ்ச்சி எல்லை மீறிவிட்டது. சிரித்தாள். சிரிப்பு மறைந்தது. எண்ணத்தில் ஆழ்ந்தன கண்கள். கும்பிட்டன கைகள் ஆடற் கலைக்கு! முத்து மாலை கழற்றித் தந்தாள். நாளைக்கு வருகிறீர்களா என்று கெஞ்சினாள் எம்மை. நாங்கள் அவாவைக் கொலை செய்தோம். மறுநாளே ஊரை விட்டுப் புறப்பட்டு விடவில்லையா நாங்கள்?

சேரன் : *ஆதிமந்தி! அவள் பெயரா? அவள் ... ... ?*

விடை : *விரித்துரைத்தால் விளைவதென்ன? பகைவன் வீட்டுப் பெண்தானே!*

சேரன் : *தச்சுக் கலையோடு ஒத்திட்டுப் பார்க்க நினைத்தேன், பகைவன் மகளானால் என்ன?*

விடை : *தச்சுக்கலை! அவளை நோக்கி அது புதுக்கப்பட வேண்டும். ஏறிட்டுப் பார்க்கும் போதெல்லாம் அவள் இருவிழிகள் இதழ் விரிந்த செந்தாமரைகள்! எதிர்நோக்கிச் சாயும் அவள் பார்வை, காதல் முழங்கி, காண்போர் உள்ளத்தில் மின்னிப் பொழியும் அமுத மழை! நெற்றிக்கு மேல் அமைந்த கருங் குழல் நிலவுக்கு மேலமைந்த கருமுகில். புன் சிரிப்பில் முத்துப் பிறக்கும்; மாணிக்கம் சிந்தும். வாய்விட்டுச் சிரிக்கை யில் இளைஞர் வையம் அதிர்கிறது. பொன்னே, தன் வன்மை இழந்து, மென்மை அடைந்து, மெருகுடன் அமைந்ததோ என்னும் கன்னம், சின்னஇடை கொடி போல அசையப் பொன்னுடையும் பன்மணி*

நகைகளும் சுமந்து, சிலம்பு பண்பாட அவள் நடக்கையில், வல்லவன் ஆக்கிய ஓவியமே நடக்கக் கண்டோம். அவள் இருக்கையில், அழகின் அரசு கொலுவிருக்கக் கண்டோம். முறுக்காணியைச் சரிப்படுத்திய பின் இசைவல்லான் மிழற்றிய யாழ்தருவதை, அவள் பேச்சுக்கள் தரும். அவள் தலை, விழி, கால், கைகளில் இயற்கையாகத் தோன்றும் ஒவ்வோர் அசைவும், ஆடல் நூலின் மெய்ப்பாட்டி லக்கணத்தையே பயனற்றதாக்கி விடுகின்றது. அவள் எதிர்நிற்க அஞ்சினோம். இருக்க அஞ்சினோம். பேச அஞ்சினோம். பாடென்றாள்; ஆடென்றாள்; அஞ்சினோம். காரணம், அவள் ஆயிழை அல்லள்; அழகின் ஒளி என்று நாங்கள் நினைத்ததுதான். அவள் தாயன்பு கண்டதால் அன்றோ எம் அச்சம் தெளிந்தது, யாமும் தாயாரிடத்துச் சேயராய் இருந்த பழக்கத்தால்! அவளை யாராலும் மணக்க முடியாது.

சேரன் : ஏன்? என்று வியப்புடன் வெடுக்கென்று கேட்கிறான்.

விடை : இருகாரணத்தால்!

சேரன் : அவை ... ... ?

விடை : ஒருவர் தவிர, இவ்வுலகில் அவளுக்கேற்ற அழகுள்ள ஆடவர் பிறந்திருக்கவில்லை. பிறந்துள்ள ஒருவர் அவர்களுக்குப் பகைவர்.

சென்ற உயிர் மீண்டதுபோல் சேரன், ஓகோ அதற்குச் சொல்லு கிறீர்களா? என்கிறான்,

விடை : நாழிகையாகிறது மன்னரே!

சேரன் : ஆம் ... அதனால் ... நான் ... இல்லை ... இருக்கட்டும் ... அவளை ... ... சரி, நீங்கள் போகலாம். பிறகு ... ... ஆம், நீங்கள் போகலாம்.

(சேரனை குளறிக் கொண்டு கிடக்கவிட்டுப் பத்துப் பேரும் பிரிகிறார்கள்.)

காட்சி - 11

சேரன் ஆட்டனத்தி தன் தனியறையில் உட்கார்ந்திருக்கிறான். பணியாளன் ஒருவன் அருகினின்று விசிறிக் கொண்டிருக் கின்றான். அரைநாழிகைக்குப்பின் அரசனின் ஆழ்ந்த நினைவு கலைகிறது. எழுந்துலவுகிறான். உலவும் நிலை வர வர விசையா யிருக்கிறது. பின் உட்காருகிறான்.

அவன் விசிறுவோனை வெறுத்துக் கூறுகிறான்; விசிறியின் காற்றில் அனல் பறக்கிறது; நிறுத்து.

பணியாளன் விசிறாமல் நிற்கிறான். சிறிதுநேரத்தின் பின் சேரன், விசிறாமல் நிற்கிறாயே என்று பணியாளனை அதட்டுகிறான். வெட்டிவேர் விசிறி விசை கொள்ளுகிறது; நறுமணத்தோடு.

சேரன் வெளியில் விரைந்து சென்று மீளுகிறான்.

உட்காருகிறான். மீண்டும் வெளியில்! பின்னும் உட்புறம்! சேரன் உட்கார்ந்திருக்கிறான். பணியாளனை நோக்கி: என் மைத்துனர் வல்லமன் வருகிறாரா பார். பணியாளன் வெளியில் ஓடுகிறான், இல்லை என்று உள்ளே வருகிறான்.

சேரன் : *(எரிச்சலாகப் பணியாளனை நோக்கி) எந்நேரம்?*

பணியாளன் : *ஆம் அரசே. இந்நேரம் வந்திருக்கலாம்!*

(பணியாளன் வெளியில் செல்கிறான்.)

(வெளியில்)

(வல்லமன் வருகிறான், அவனைப் பணியாளன் அவாவுடன் எதிர்நோக்குகின்றான்.)

பணி : வாருங்கள்!

(வல்லமன் வருகின்றான். பணியாளனை நோக்கிக் கை அமைத்துக் கூவாதே என்று கூறி அருகில் வருகிறான்.)

வல்லமன் : உன் விசிறியையும், தலைப்பாகை உடை யாவையும் என்னிடம் கொடு, சிறிது நேரம்.

(வல்லமன் அவன் உடைகளை வாங்கி உடுத்துக் கொள் ளுகின்றான். விசிறியைக் கையில் பிடித்து நின்று உன்போல் இருக்கிறேனா என்கின்றான். பணியாளன், என் கோடரிப்பல் உங்களுக்கு இல்லை. என் குழிந்த விழி உங்களுக்கு இல்லை என்கின்றான். வல்லமன் ஏதோ பொருளை வாயினுள் பொருத்துகின்றான். தன் விழியில் மாற்றம் உண்டாக்கிக் கொள்கின்றான். உள்ளே போகிறான்.)

சேரன் : இன்னும் வரவில்லையா வல்லமர்?

போலிப்பணியாளன்: இல்லை.

சேரன் : எந்நேரம்?

போலி : ஆரைக் கேட்கிறீர் இந்தக் கேள்வி?

சேரன் : என் மைத்துனர் ஆதிமந்தியைக் கேட்க வேண்டிய கேள்வி.

போலி : ஆதிமந்தி என்கிறீர்கள் அரசே, உங்கள் மைத்துனர் பேர் வல்லமர்.

சேரன் : வாய் தவறிவிட்டது.

போலி : சோழநாடு சென்று திரும்பிய பத்துப்பேருடன் நீங்கள் பேசியபின், உங்கள் நினைவு சரியாக இல்லை, அரசே!

சேரன் : இதை நீ என் அன்னையிடம் கூறிவிடாதே.

போலி : நானாக அன்னையாரிடம் சொல்ல மாட்டேன். ஆனால், அவர்கள் கேட்டால் ... ... ?

சேரன் : அவர்கட்குத் தெரியப் போவதில்லை; ஆதலால் அவர்கள் உன்னைக் கேட்கப் போவதுமில்லை. வல்லமர் வருகிறாரா பார்.

போலி : (வெளியில் போய் வந்து) வரவில்லை அரசே! சோழ நாட்டிலுள்ள ஒரு பெண்ணின் பேர் ஆதிமந்தியா?

சேரன் : ஆம்; மிக்க அழகுடையவளாம். இதை என் அன்னை யாரிடம் கூறிவிடாதே. ஏனெனில், பகையரசன் மகள் மேல் இவன் காதல் வைக்கிறான். என்று, அவர்கள் வருந்துவார்கள்.

போலி : நீங்கள் அந்தக் காதலை அவள்மேல் வைக்காத போது, வேறு ஒருத்தி மேல்தானே வைக்க நினைக்கிறீர்கள்?

சேரன் : பின் என்ன? வல்லமரைப் பார்.

போலி : அவர் வரவில்லை. ஏன் வல்லமர் அரசே?

சேரன் : நீ போய்ப் பார்த்து வா.

போலிப் பணியாளனாயிருக்கும் வல்லமன் வெளியில் சென்று, பணியாளனிடம் வாங்கிய உடைகளைக் கொடுத்து, அரசனிடம் அவனை முன்னே விடுத்துப் பின்னே உரிய உருவத்துடன் சேரனிடம் தோன்றுகிறான்.

சேரனுக்கு அளவற்ற வியப்பு. அளவற்ற மகிழ்ச்சியுடன், என்னடா வல்லமா, ஏனடா இவ்வளவு நேரம்? என்று கூறி, அவனைத் தழுவிக் கொள்ளுகிறான்.

வல்லமன் : என்னை அழைத்தது எதற்கு? என்னை அழைக்கும்படி விட்ட ஆள் ஒரு சண்டி. வருகிறேன். போடா என்றால், கையோடு அழைத்துவரச் சொன்னார் அரசர் என்கிறான்.

உன் பின்னேயே வருகிறேன் போடா என்றால், எனக்கும் முன்னேயே போவீர்கள் என்கிறான். என்னோடு வந்தால் குற்றம் நேராது என்கிறான். அடே ஆட்டனத்தி! இப்படிப்பட்ட ஆளை இனி என்னிடம் அனுப்பினால் என்னிடம் உதைபடுவாய்.

சேரன் : என்னடா, எனக்குக் கப்பம் கட்டிவரும் சிற்றரசன் நீ, என்னைக் கழுதை போல் உதைக்கவும் தலைப்பட்டு விட்டாய்.

வல்லமன் : கழுதை போல் அல்ல; குதிரை போல்!

சேரன் : உதைக்கும் குதிரையான என் அன்புள்ள மைத்துனா, நாம் சோழநாட்டில் சென்று உளவறிய வேண்டும். என்ன? பழிக்குப் பழி வாங்க வேண்டாமா என் தலை முறையில் கை வைத்த சோழனை?

(வல்லமனுக்குச் சிரிப்பு வந்துவிடுகிறது.)

வல்லமன் : ஆம்! நாம் நேரிற் சென்றுதானா உளவறிய வேண்டும்? சோழனை ஒழிக்க வேண்டியது கட்டாயம். உளவறிய நம்மைப் போகும்படி எது கட்டாயப் படுத்துகிறது?

சேரன் : *ஐயையோ, நான்தான் அப்படி முடிவு செய்தேன்.*

வல்லமன் : *காரணந்தான் கேட்கிறேன். ஏதடா அங்கு உன் நெஞ்சைக் கவர்ந்தது? எதுவாயிருக்கலாம்?*

சேரன் : *என்ன கேள்வி? பகைவன் நாட்டின் நிலையை அறிய வேண்டும் என்ற அவா என்னை அங்குச் செல் என்று வற்புறுத்தாதா?*

வல்லமன் : *சரி. நான் வரவில்லை. நீ போ.*

சேரன் : *அஞ்சுகிறாயா?*

வல்லமன் : *தேவையில்லாத கேள்வி.*

சேரன் : *உனக்கு உருவத்தை மாற்றும் அரிய திறம் உண்டு. அதனால் தான் உன்னை வேண்டுகின்றேன்.*

வல்லமன் : *வரமுடியாது.*

சேரன் : *எனக்கு இந்த வகையில் உதவி செய்யக்கூடாதா?*

வல்லமன் : *வர விருப்பமில்லை.*

சேரன் : *இங்கிருந்து மாற்றுருவத்தோடு கிளம்பிச் சோணாடு சென்று, உளவறிந்து கொண்டு, நாலு நாட்களில் மீண்டு வந்துவிடலாம்.*

வல்லமன் : *வரமுடியாது.*

சேரன் : *என்னடா வரமுடியாது என்று ஒரே பேச்சைத் திரும்பத் திரும்பக் கூறுகிறாய்? அறிவிருக்கிறதா உனக்கு?*

வல்லமன் : *இருக்கிறது.*

சேரன் : *பின், ஏன் காரணம் கூறமாட்டேன் என்கிறாய்?*

வல்லமன் : *அறிவிருப்பதுதான் காரணம். நீ ஆதிமந்தியை எண்ணி அங்கு என்னை அழைப்பது எனக்குத்தெரியும்.*

சேரன் : *அந்தப் பணியாள் சொல்லிவிட்டானா மைத்துனா? அது தானாடா செய்தி. அன்னையிடம் சொல்லிவிடாதே. ஆதி மந்தியையும் பார்த்தது போல் இருக்கும்; அரசியல் அமைப்பை அறிந்தது போலும் இருக்கும். புறப்படுவோமா?*

வல்லமன் : *எனக்கு இடையில் ஒரு வேலை இருக்கிறது.*

சேரன் : *அதென்ன?*

வல்லமன் : *உன் அன்னையாரிடம் சொல்லிவிட்டு வந்துவிடுகிறேன். அவ்வளவுதான்.*

சேரன் : *என்னவென்று?*

வல்லமன் : *ஆதிமந்தியைப் பற்றியறியச் சோணாட்டுக்கு உம் மகனுக்கு உதவியாகப் போய்வருகிறேன் என்று!*

சேரன் : *ஐயையோ! வேண்டாம் உனக்கு ஒரு தங்கை இருந்தால் - அவளை நான் கட்டிக் கொண்டிருந்தால் எனக்கு ஒரு தங்கை இருந்தால் - அவளை நீ கட்டிக் கொண்டிருந்தால், இப்படி என் நன்மையில் விருப்பமில்லாமல் பேசுவாயாடா நீ?*

வல்லமன் : *அட முட்டாளே, என் தங்கையை நீ மணந்து கொண்டு - ஆதிமந்திக்கும் என்னை அழைத்திருந்தால், உன்னைக் கொலையல்லவா செய்திருப்பேன்!*

சேரன் : *ஆம்; ஆம். பிழை, பிழை! என் அன்புள்ள மைத்துனா, வா.*

வல்லமன் : *வருகிறேன். உன் அன்னைக்குக் காரணம் என்ன சொல்ல நினைக்கிறாய்?*

சேரன் : *சோணாட்டின் நிலையறியச் செல்லுகிறோம்.*

வல்லமன் : *இப்போது தான் பத்துப்பேர் ஒற்றர் சென்று எல்லா வற்றையும் தெரிந்து கொண்டு வந்து விட்டார்களே, மகனே?*

சேரன் : *அவர்கள் கடைந்தெடுத்த முட்டாள்கள் தாயே. ஒன்றையும் தெரிந்துவரவில்லை அவர்கள்.*

வல்லமன் : *அவர்கள் கொண்டுவந்த குறிப்பேடுகளைக் காட்டடா மகனே!*

சேரன் : *அவைகளை எனக்கு வந்த எரிச்சலால் கிழித்தெறிந்து விட்டேன், தாயே.*

வல்லமன் : *அப்படியானால், அந்தப் பத்து ஒற்றர்களையும் நாம் நேரில் கண்டு, என்னென்ன தகவல்கள் தெரிந்துவந்தீர் என்று கேட்க வேண்டும் மகனே.*

சேரன் : *ஆம் மைத்துனரே, அன்னையார் அப்படிக் கேட்டால் என்ன செய்வது?*

வல்லமன் : *அந்தப் பத்துப் பேரையும் அழை. நீங்கள் அந்தத் தகவல் கொண்டு வரவில்லை, இந்தத் தகவல் கொண்டு வரவில்லை என்று மிகுதியாகச் சீறு. அவர்கள் விழிப்பார்கள். அதன் பிறகு அன்னையார் கேட்டால், நாங்கள் தவறிவிட்டோம் என்று அவர்கள் கூறுவார்கள். நாம் சோழநாடு செல்வது சரிதான் என்று அவர்கள் நினைத்துக் கொள்வார்கள்.*

இதே நேரத்தில் ஒற்றர் பத்துப் பேரும் அங்கு வருகிறார் கள். சேரன் அவர்களை நோக்கி எரிச்சலோடு கூறுகிறான். -

சேரன் : அகழ் இத்தனை அடி அகலம் என்பதை அறிந்து வரவில்லை?

அரண்மனைக்கும் கோட்டை வாயிலுக்கும் எத்தனை தொலை - ஏன் அறிந்து வரவில்லை?

நிலவறை ஒன்றுமே இல்லையா? - என்ன மடத்தனமான செய்கை! ஆழ்ந்து நோக்கவில்லை. உளவறிந்து வந்ததாக நீங்கள் கொடுத்துள்ள குறிப்பேடுகள் ஒரு பயனையும் உண்டாக்க வில்லை. கிழித்துப் போட்டு விட்டேன் அவைகளை.

சேரன் மேலும் அவர்களைக் கேட்கிறான் -

சரியான தகவல் தெரிந்துகொள்ள நானே போக வேண்டும். என்ன தோன்றுகிறது உங்களுக்கு?

விடை : ஆம்; ஆம்.

சேரன் : என் அன்னையார் கேட்டால் என்ன சொல்வீர்கள்?

விடை : அன்னையாரே, நாங்கள் சோணாடு போய்வந்தோம். எந்தத் தகவலும் தெரிந்துவர எம்மால் முடியாமல் போய் விட்டது. இச்செயல் செய்யத்தக்க அறிவும் ஆற்றலும் நம் அரசரிடமே உண்டு. மேலும், அன்னையாரே, எதிரி நாட்டின் இருப்பை விரைவில் அறிந்து கொள்ளவும் வேண்டும்.

சேரன் : அப்படித்தான் சொல்ல வேண்டும். உங்கள் பத்துப் பேருக்கும், தக்கபடி பத்துச் சிற்றூர் கொடுக்கவும் ஏற்பாடு

செய்யப்படும். நீங்கள் நாளைக்கு எம்முடன் சோழநாட்டுக்கு வரவேண்டும். என் அழைப்பை எதிர்பார்த்திருங்கள்.

பத்துப்பேரும் கீழ்க்காணும் வகையாகப் பேசிக் கொண்டு போகிறார்கள்.

அகழின் அகலம் எதற்கு?

நிலவறை இல்லை. இல்லாததும் குற்றமா?

அரண்மனைக்கும் கோட்டை வாயிலுக்கும் எத்தனை தொலைவு என்பதைக் குறித்திருக்கிறோமே?

அரசர் தாமே சோழநாடு செல்ல விரும்புகிறார். நாம் சென்று வந்ததைப் பயனற்றதாக்கி.

ஏன்?

ஏனா? இழுக்கிறது சோணாட்டுப் பெண்ணழகு!

ஆமாம் ஆமாம் ஆமாம்!

அன்னையார் கேட்டால் நாம் என்ன சொல்ல வேண்டும் என்பதை, அவரே நமக்குச் சொல்லாமற் சொன்னார்.

அது தான் சேதி

நாம் ஆயத்தமாயிருக்கவேண்டும் சோணாடு போக. வாருங்கள்.

காட்சி - 12

சோழநாட்டின் எல்லைப்புறத்து வாயிலின் காவலர் நால்வர் தொலைவிலிருந்து வரும் பெருங்கூச்சலைக் காது கொடுத்துக் கேட்கிறார்கள்.

ஐயையோ என்று ஆயிரம்பேர் கதறுகிறார்கள். குடிசை யெல்லாம் எரிஞ்சி போச்சே - ஆயிரம் பேர். கொள்ளைக் கூட்டத்தை இன்னும் நம்ம சோழ ராசா ஒழிக்கலியே - ஆயிரம் பேர். எல்லைப்புறத்து வாயில் காப்போரின் எதிரில். வெளியிலிருந்து வந்த ஏழை மக்களின் கூட்டம், வயிறெரிய முறையிடுகின்றது.

முதலில் இந்த நள்ளிரவில் எங்கள் சிற்றூருக்குள் கற்கள் வந்து விழுந்தன.

ஊர் மக்கள் ஒரு புறமாக ஓடி ஒதுங்கினோம். மற்றொரு மூலை கொளுத்தப்பட்டது. குடிசைகள் எரிகின்றன. கவண் கற்கள் பறந்தன. அடி, கொல்லு, வெட்டு என்ற கூச்சல் கேட்டன. கொள்ளைக்காரர் கையில் ஆயுதங்கள் இருந்தன. நாங்கள் எல்லோரும் ஊரைவிட்டு ஓடி வருகிறோம். சோழரிடம் சொல்லப் போகின்றோம்.

காவலர்கள், பரபரப்புடன், போங்க போங்க என்று சொல்ல, எல்லைப்புற மக்கள் அனைவரும் உட்புறம் நோக்கி நுழை கின்றார்கள்.

தட்டுமுட்டுக்களைத் தலையில் சுமந்தபடி பல்லோர்!

குழந்தை குட்டிகளை இடையிற் சுமந்தபடி பல பெண்டிர்!

பொதி சுமந்தபடி கழுதைகள் பற்பல!

பொதி சுமந்தபடி குதிரைகள் பற்பல!

சோணாட்டின் நகர்த் தெருக்களில் உருமாறியிருக்கும் ஆட்டனத்தி, வல்லமன், குன்றத்தோளான் முதலிய ஒற்றர் பத்துப் பேர் உள்ளிட்ட, எல்லைப்புற மக்கள் நுழைந்து விடுகிறார்கள்.

ஊரில் கொள்ளைக்காரர்கள் புகுந்து கொள்ளையடித்து விட்டார்கள். வீடுகளைக் கொளுத்தி விட்டார்கள் என்று கூச்சல், நகர மக்களை எழுப்பி விடுகிறது. ஊர்க் காவலர் இது கேட்டு, எரியும் சிற்றூர் நோக்கிப் பறந்து போகிறார்கள், கொள்ளைக்காரரைப் பிடிக்க.

சோணாட்டின் ஓர் அற விடுதியில் பன்னிரண்டு பேர்கள் விழுந்து விழுந்து சிரித்துக் கொண்டிருக்கிறார்கள்.

சேரன் : கொள்ளைக்காரரைப் பிடிக்க ஊர்க்காவலர் செல்லுகிறார்கள். நாம் இங்கு இருக்கிறோம், மைத்துனா!

வல்லமன் : ஆம் ஊர்க்காவலர் அங்குப் போய்ப் பார்ப்பார்கள். பொருள்கள் கொள்ளை போகவில்லை என்று அறிந்து வியப்படைவார்கள். கல்லெறிந்தும், கவண் எறிந்தும், வீட்டைக் கொளுத்தியும் தீமை செய்தவர் எப் பொருளை யும் எடுக்கவில்லை என்றால்?

சேரன் : வியப்புத்தான். எனக்கொன்று தோன்றுகிறது. விடிந்ததும், நாம் அரண்மனையில் ஆட வாய்ப்பளிக்கும்படி அரசனை வேண்ட வேண்டும். அவன் என்ன ஆடப் போகிறீர்கள் என்று கேட்பான்? இரவு கொள்ளைக்காரர் ஊரில் செய்த தீமையை நடித்துக் காட்டுவோம் என்று கூறி, நடித்துக் காட்டுவோம். மைத்துனா, நம் உருவத்தைத் திறமையுடன் மாற்றியமைக்க வேண்டும் நீ.

வல்லமன் : ஆகட்டும், தூக்கம் வருகிறது! தூங்குங்கள் அனைவரும்; விடியட்டும்.

காட்சி - 13

சோழன் : *நீங்கள் எந்த ஊர்?*

குன்றத்தோளான் : *எல்லைப்புறத்து மக்கள். எங்கள் ஊரைத்தானே இரவு கொள்ளைக்காரர் கொளுத்தினார்கள்.*

சோழன் : *என்ன ஆடுவீர்கள்?*

குன்றத்தோளான் : *இரவு கொள்ளைக்காரர் எங்கள் ஊரில் புகுந்ததை யும் அங்கு நடந்ததையும் நடித்துக் காட்டுவோம்!*

சோழன் வியப்புடன் தன் அமைச்சனையும் அருகில் அமர்ந்திருந்த தலையாய அலுவலர் களையும் நோக்குகிறான்,

அமைச்சன் : *அரசே! தங்கள் மாமனார் இரும்பிடர்த் தலையார், தங்கள் மகள் ஆதிமந்தி இருவர்க்கும் ஆடல் காண்ப தென்றால் விருப்பம் மிகுதி - இவர்கள் சொல்லும் வண்ணம் அரண்மனையில் ஆடல் நடத்தச் சொல்லி அரண்மனை யினர் மட்டும் கண்டு களிக்கலாம்.*

சோழன் : *ஆட்டக்காரர்களே. உடனே அரண்மனையில் அரங்கு கூட்டி ஆடிக்காட்டுங்கள். அமைச்சரே, மாமனார், என் பெண்ணான ஆதிமந்தி இருவர்க் கும் என்பேரால் அழைப்பு அனுப்புக.*

அற விடுதியில் :

ஆட்டனத்தியும் வல்லமனும் குன்றத்தோளான் உள்ளிட்ட பதின்மரும் ஆடல் அரங்கிற்கு ஆன வகையில் உடையணிவதும், உருமாறுவதும் ஆகிய முயற்சியில் ஈடுபட்டிருக்கிறார்கள். ஊர்க் கொள்ளைக்காரராகக் குன்றத்தோளானும் வல்லமனும் உருக் கொள்ளுகிறார்கள். சேரன் அவுரிச் சாயத் தொழிலாளியாகவும், மற்றவர்கள் ஏழைகளாகவும் பெண்களாகவும் உருக்கொள்ளுகிறார்கள்.

அரண்மனை அரங்கில் :

மன்னனும், மன்னியும் ஆதிமந்தியும் இரும்பிடர்த் தலையாரும் மற்றும் அரண்மனைத் தோழியரும் உறவினரும் ஆடல் காணும் விருப்பத்தோடு அமர்ந்திருக்கிறார்கள்.

ஆதிமந்தி தன் தந்தையைக் கேட்கிறாள் -

அப்பா, இரவு எல்லைப் புறத்தில் கொள்ளைக்காரரால் நடந்த அட்டூழியங்களை நீங்கள் நேரிற்சென்று பார்த்தீர்களா?

சோழன் : நீ நினைக்கும் அளவுக்கு அழிவு ஒன்றும் நேர்ந்துவிட வில்லை. ஊர்க்காவலர் உடனே அங்குச் சென்று நிலைமையை அறிந்து வந்தார்கள்.

ஆதிமந்தி : கொள்ளைக்காரர்கள் அகப்பட்டார்களா?

சோழன் : கொள்ளைக்காரர் யாரும் அகப்படவில்லை. மேலும் கல்லெறிந்ததும் கவண் எறிந்ததும் குடிசைகளைக் கொளுத்தியதும் கொள்ளைக்காரர் செயல் என்றும் எண்ண முடியவில்லை. ஊரிலே சிலரால் உண்டானதா யிருக்கலாம் என்கிறார்கள் காவலர். புலன் தேடுகிறார்கள்.

அரங்கு துவக்கப்படுகிறது. அனைவர் பார்வையும் அரங்கில் மொய்க்கிறது. துவக்க இசைக் கூட்டு நின்றவுடன், முதல் கட்டம் தோன்றுகிறது.

அவுரி நீலம் துவைக்கும் தொழிலாளி, சாவடியில் துணியைத் தோய்த்துத் தோய்த்து எடுப்பது பிழிவது முதலிய செயலை ஊக்கத்துடன் செய்து கொண்டிருக்கிறான் - இக் கருத்துக் கொண்ட பாடல் உள்ளிருந்து பாடப்படுகிறது. இப்பாடலுக்கு ஏற்றவகையில் மெய்ப்பாடு தோன்றுகிறது. நடிகனின் முகத்திலும் உடலுறுப்புக்களிலும், தொழிலாளியின் உடல் முழுதும் கருநீலம்.

இரண்டாவது கட்டம் தோன்றுகிறது :

நீலம் துவைப்பானின் மனைவி வருகிறாள். அவள் தன் மணவாளனை நோக்கி, இந்த நள்ளிருளிலும் வேலை செய்ய வேண்டுமா? இந்த இரவு எனக்கு மட்டும் துன்ப இரவா? ஊரில் உள்ள பெண்கள் அனைவரும் இன்பத்தை நுகர்கிறார்களே! என்று (மெய்ப்பட்டால்) கூறுகிறாள். (மெய்ப்பாடு - அபிநயம்.)

தொழிலாளி பதில் கூறுகிறான் - நாட்டு மக்களுக்கு விரைவாகத் தேவைப்படுகின்றன நீல ஆடைகள். இந்த இரவில் தொண்டு செய்ய என்னை விடு. நிலவொளி கலக்காத தூய இருள், உன் பார்வையை எதிலும் செல்லவிடாது, நீ தூங்கு.

அவள் போகிறாள்.

மூன்றாங் கட்டம் தொடங்குகிறது :

இரண்டு கொள்ளைக்காரர்கள் கற்களைப் பொறுக்குகிறார்கள். ஊர்மேல் எறிகிறார்கள்.

ஊர்மக்கள் பிள்ளை குட்டிகளுடன் ஒருபுறம் கூடி விடுகிறார்கள். கற்கள் மேலே விழுகின்றன. மக்கள் வருந்துகிறார்கள். சிலர் அடிபட்டு வீழ்கிறார்கள். தொழிலாளி துணிந்து நீலம் ஏற்றும் வேலையை இடைவிடாது செய்து கொண்டிருக்கிறான்.

இரண்டு கொள்ளைக்காரரும் கவண்களை எடுக்கிறார்கள். அவற்றில் கல் இட்டு மக்களை நோக்கி வீசி விடுகிறார்கள். மக்களில் பலர் அடிபட்டுச் சாய்கிறார்கள். தொழிலாளி நீலந் துவைத்துக் கொண்டிருக்கிறான். பலர் ஓடிவிடுகிறார்கள்.

நான்காவது கட்டம் :

தொழிலாளியின் மனைவி முறத்தால் தன் முகத்தை மறைத்துக் கொண்டு, பதைப்புடன், வந்துவிடு என்று அழைக்கிறாள் தன் கணவனை,

தொழிலாளி, அதற்குப் பதில் கூறுமுகத்தால், கிழக்கு வெளுக்கு முன் பத்துக் கோடி புடவைகள் (ஒரு கோடி - 20 புடைவைகள்) நீலம் துவைத்தாக வேண்டும் என்று கூறி, மனைவியின் அழைப்புக்கு வருந்தித் தன் தலைமயிரைப் பிய்த்துக் கொள்ளுகின்றான்.

ஐந்தாவது கட்டம் :

கொள்ளைக்காரர்கள், அரணிக் கட்டையில் தீக்கடைகிறார்கள். சுளுந்து கொளுத்துகிறார்கள். கொளுத்திய சுளுந்தங்

கழிகளைக் கொண்டு குடிசைகளைக் கொளுத்துகிறார்கள்! ஊர் மக்கள் பல புறங்களிலும் சிதறி ஓடுகிறார்கள்.

தொழிலாளியின் மனைவி தன் கணவனுக்குக் காட்டுகிறாள் தீயை.

தொழிலாளி, அவுரி நீலம் துவைத்த புடைவைகளைத் தீ ஒன்றும் செய்யாது என்று கூறித் தோய்த்த புடைவைகளை விரைவாக எண்ணுகிறான்.

ஆறாவது கட்டம் :

கொள்ளைக்காரர் தொழிலாளியை நோக்கி வருகிறார்கள்.

மனைவி கணவனை அழைக்கிறாள். கொள்ளைக்காரர் வருவதைக் காட்டுகிறாள். தொழிலாளி நீலந் துவைத்துப் பிழிந்து போட்ட புடவைகள் இருபது கோடி ஆய்விட்டது என்று மனைவியிடம் கூறி மகிழ்கின்றான். அவள் கள்ளர் நெருங்குவதைக் காட்டிப் பதைக்கிறாள். கணவன் நீலக் கரும் புடைவைகளை விரித்துத் தன் உடலை மறைத்துக் கொண்டு முழங்காலிட்டுப் படுத்துக் கொள்ளுகிறான், அவளும் அவ்வாறே செய்கிறாள்.

காட்சியரங்கு முடிகிறது. அரசன், என்ன கேடு விளைவித் துள்ளார்கள் கொள்ளைக்காரர்! என்று பதறுகிறான். கரும் புடைவை போர்த்துப் படுத்திருக்கும் தொழிலாளியின் சேரனின் - கருநிறம் பூசாத காலடி, அழகிய ஒளித் தண்டையுடன் காட்சியளிக்கிறது. அக்காட்சியில் ஊன்றுகின்றன ஆதிமந்தியின் கண்கள்.

அவள், தன் அண்டையில் உட்கார்ந்திருந்த இரும்பிடர்த் தலையாரைத் தாத்தா என்றழைத்து, தொழிலாளியாய் நடித்த அந்த ஆட்டக்காரனின் காலைப் பாருங்கள். உடலெல்லாம் கருநிறம் பூசிய அவன், தன் காலடியில் பூசவில்லை. அதனால் காலடி தன் உண்மை ஒளியை - வேலைப்பாடமைந்த ஒளித்தண்டையை உலகுக்குக் காட்டுகிறது.

தாத்தா : ஆம் ! அந்த நடிகன் ஒளி மேனி படைத்த இளைஞன்.

தன் மார்பை அழகுபடுத்தியிருந்த பக்க மாலையை ஆட்டக் காரருக்கு அளித்து, அரசன் மற்றவருடன் அரண்மனையின் உட்புறம் செல்லுகிறான்.

நடிகர் கூட்டம் வெளிச் செல்கிறது.

சேரனின் அழகடியில் சிக்கிய பார்வையை மீட்க முடியாமல் திகைத்து நிற்கிறாள் ஆதிமந்தி.

இரும்பிடர்த்தலையார் ஆதிமந்தியின் கையைப் பிடித்து அழைத்துச் சென்று விடுகிறார்.

காட்சி - 14

அறவிடுதியில் :

சேரன் சுண்ணச் சேறு கூட்டிக் கொல்லூற்றில் அதைப் புரட்டிப் பண்படுத்தி ஒரு மூலையில் உருவச்சிலை செய்யத் தலைப்படுகிறான்.

ஒருபுறம் ஓய்வுபெற்றுப் படுத்துப் புரளும் வல்லமனும், குன்றத்தோளான் உள்ளிட்ட பதின்மரும் எழுந்து சேரனைக் காண வருகிறார்கள்.

வல்லமன் : *நேற்று நடந்த அரண்மனை அரங்கில் அரசனின் ஆடல், கலையின் உச்சியை அடைந்து விட்டது.*

சேரன் : *வல்லமா, மெய்ப்பாடுதான் காண்போரின் கருத்தைக் கவர்ந்தது என்பது என் எண்ணம்.*

குன்றத்தோளான் : *ஆதிமந்தி என்னையும் என்னுடன் முன் இங்கு வந்த இந்த ஒன்பதின்மரையும் மறந்திருக்க முடியாது. அவள் அரங்கின் தொடக்கத்திலேனும் முடிவிலேனும் என்னைக் கண்டு தன் வீட்டிற்கு அழைப்பாள் என்று நினைத்தேன்.*

சேரன் : *அழையாமைக்குக் காரணம் என்ன?*

குன்றத்தோளான் : *தொடக்கத்தில் கண்டு பேச முடியாமற் போனது சரி. அதன் பிறகு அவள் ஆடல் வரலாற்றில் நெஞ்சைப் பறிகொடுத்துக் கிடந்தாள். கடைசிக் கட்டத்தில் அவள் நிலை எனக்கு வியப்பை உண்டாக்கியது. எதையோ*

நோக்கின அவள் விழிகள். நிற்கவைத்த தங்கப்பாவை போல் அசையாதிருந்தாள். இரும் பிடர்த் தலையார் அவள் கையைப் பற்றி இழுத்துச் சென்றார். அப்போதும் அவள் சேரமன்னரைக் கீழ்க் கண்ணால் பார்த்தபடி சென்றாள். சேர மன்னரிடம் அப்போதும் கவர்ச்சி தரத்தக்கது என்ன இருந்தது? அவர் இருண்ட உடம்பில், இருண்ட முகத்தில் அழகாயிருந்தது?

சேரன் : நீலப் புடைவைக்குள்ளிருந்து எழுந்தேன் அவளும் இரும்பிடரும் செல்வதைக் கண்டேன்.

வல்லமன் : என்ன செய்கிறார் அரசர்?

சேரன் : அதைத்தான்!

வல்லமன் : கடைசியிற் கண்ட காட்சியையா?

சேரன் : அவளுக்கு வரால்மீன் போன்ற முன் கை ! அதில் பன்மணி யிட்டு இழைத்த வளையல் அணிந்திருந்தாள், செல்லுகிறாள்; அவை பாடுகின்றன!

புறங்கை நண்டு போன்றிருந்தது. ஆனால் நண்டின் கால்களில் வான்மீன்கள் மொய்த்த கணையாழிகள் இரா. அவள் கையின் நகங்கள் கிளிமூக்குகள் நெளிவிலும், நிறத்திலும்!

இரும்பிடர்த் தலையாருடன் தென்முகம் நோக்கிப் போவாள்; தென்மேற்புறம் எதையோ திரும்பித் தேடினது அவள் சித்திரை நிலாமுகம்; அரண்மனையெல்லாம் ஒளி செய்தது அவள் மேனி; அது பத்தரை மாற்றுப் பசும்பொன். நீலக்குழலால் ஒளிமங்கிய அரண்மனையில், அவள் சாயல் விழி. மின்னலை எறிந்தது!

வல்லமன் : *அதெல்லாம் கிடக்கட்டும்; நாங்கள் செய்ய வேண்டிய தென்ன?*

சேரன் : *இரும்பிடர்த்தலையார் அரண்மனையில், ஆதிமந்தியின் முன்னிலையில் நாம் ஆட வாய்ப்புத் தேடுங்கள். என்னால் அவளைப் பிரிந்திருக்க முடியவில்லை. அவள் உருவச் சிலையை - அந்த முதியோனுடன் அவள் சென்ற நிலையை - சுண்ணத்தால் நான் செய்கின்ற வகையில் என் காதல் நோய்க்கு ஆறுதல் அளித்துக் கொண்டிருப் பேன். நீங்கள் வந்து நல்ல செய்தி சொல்லுங்கள்.*

(போகிறார்கள்.)

காட்சி - 15

சோழ நாட்டின் புறவூரின் அரசப் பெருந்தெரு அமளிப்படுகிறது.

நடுத்தெருவின் ஒதுக்குப்புறத்தில் நின்று ஒருவன் முழக்குகிறான்!

எதிரில் ஒரு மான் விளையாடுகிறது; துள்ளி ஓடுகிறது; மருளுகின்றது.

மானைத் துரத்தி வந்து வேடன், அதை அடித்து வீழ்த்த வில் வளைக்கிறான். அம்பறாத் தூணியினின்று அம்பை எடுக்கின்றான். வில்லில் தொடுக்கிறான்.

தெருமக்கள் தத்தம் வீடுகளை விட்டு வெளிவந்து வேடிக்கை பார்க்கிறார்கள். சிறுவர்கள் தெருவில் எள் விழ இடமில்லாது நிறைந்து விடுகிறார்கள்.

மான் மருண்டு ஓடிக்கொண்டிருக்கிறது. வேடன் வாய்ப்புப் பார்த்தபடி தொடர்கிறான். பம்பை தொடர்கின்றது.

இரும்பிடர்த் தலையாரின் அரண்மனை, அதிலுள்ள ஆதிமந்தி, தோழியர் சிலம்படியால் அதிர்ந்து போகிறது.

ஆதிமந்தி, மின்னற் கொடியொன்று இடம் விட்டு விரைதல் போல் மாடிப்படியேறித் தெருப்புறம் நோக்குகிறாள். தோழியரும் அப்படியே.

மான் துள்ளி விளையாடுகிறது, பம்பை காட்டும் தாளப்படி, வேடன் குறி பார்க்கிறான்.

மானாக நடிப்பவன் வல்லமன் ஆதலினால், வேடனாகி ஆடுபவன் குன்றத்தோளான் ஆதலினால், ஆடலும் மெய்ப்பாடும் ஆதிமந்தியின் உள்ளத்தை வளைத்து விடுகிறது. அவள் கண்களில் வியப்பு! உதட்டில் மகிழ்ச்சி!

வேடன் அம்பைத் தொடுத்து விடுவானோ என்று ஆதிமந்தி அஞ்சினாள். மான் தப்பிஓடிவிடுகிறது. மாடிப் பெண்கள் தம் வளையல்கள் பாடக் கைகொட்டிக் கலகல வென்று சிரித்து மகிழ் கிறார்கள்; வாளிக்குத் தப்பிய மானுக்கு வாழ்த்துக் கூறுகிறார்கள்.

மற்றொரு முறை மான் ஏமாந்து நிற்கிறது. வேடன் குறி பார்க்கிறான். அம்பு விடுமுன் நல்லவேலையாக வேடன் காலில் பாம்பு கடித்து விடுகிறது. அவன் கடிபட்ட இடத்தைப் பிடித்தபடி உட்கார்ந்து படுத்து, மார்பு அடைப்பட்டு இறந்து விடுகிறான்.

வரலாற்றில் ஒட்டிக் கொண்டிருந்த ஆதிமந்தியுள்ளம், தன் நிலைக்கு வருகிறது, இறந்து வீழ்ந்ததுபோல் மெய்ப்பாடு காட்டிய குன்றத்தோளானின் காலடியை, அவள் கூர்ந்து நோக்குகிறாள்.

அவனில்லை, அந்தக் கால் இல்லை!

ஆதிமந்தி நொச்சி என்னும் தோழியை நோக்கி, ஆடல் முடிந்தது. நீ போய் அந்த ஆட்டக்காரரை அழைத்துவா என்றாள். நொச்சி பறந்தோடுகிறாள்.

காட்சி - 16

ஆதிமந்தியின் அரண்மனைத் தோட்டத்தில் - சோலையில் வல்லமன் குன்றத்தோளான் முதலிய பதினொருவரும் ஆடல் தொடங்குகிறார்கள்.

ஆதிமந்தியும் தோழிமாரும் எதிரில் ஒரு திண்ணையில் உட்கார்ந்து பார்த்துக் கொண்டிருக்கிறார்கள்.

குன்றத்தோளான் ஆகிய மயில் ஒன்று படுத்திருக்கிறது. தன் அலகால் உடலில் உள்ள பேன்களைக் கொத்தி அகற்றுகிறது இறக்கைகளால் மண்ணைச் சீய்க்கிறது. எழுகிறது; தன் படத்தை விரிக்கிறது. ஆடுகிறது முழவுக்கு ஒத்து.

மயிலின் ஆடலில் சொக்கி நிற்கிறாள் வல்லமனாய பெண்.

மயிலின் ஆடலில் கருத்தைச் செலுத்தி நிற்கும் அப் பெண்ணின் பின்புறம், (பதின்மரில் ஒருவனாகிய) எருது ஒன்று நெருங்குகிறது. அது தன்கூரிய கொம்புகளை அவளின் முதுகின் நடுவில் பாய்ச்ச முன் கால்களால் தரையில் உந்தித் தலையைக் குனிகிறது. ஆதிமந்தி ஆ! என்று அலறி ஓடி, அப்பெண்ணைக் காக்க எண்ணி, அவளின் கையைப் பற்றி வேறுபுறம் இழுத்து விடுகிறாள்.

'மெய்யான எருதல்லவே! என்று முழவு முழக்குவோன் கூறினான். நடிப்பென்பதை மறந்தேன் என்று நாணி நின்றாள் ஆதிமந்தி.

அவள் தன் தோழிகளுக்குக் கூறுகிறாள் -

கலை என்பது எது?

குன்றத்தோளரை நாம் அறிவோம். வல்லமரை நாம் பார்த்தோம். அதோ நிற்கும் அவரையும் நாம் எதிரில் கண்டிருந்தோம்.

இம் மூவரும் மயில், மங்கை, மாடு என நடிக்கப் போவதாகச் சொன்னார்கள் நம்மிடம்.

அம் மூவரும் நடிக்கத் தொடரும் நிலையிலும் அவர்கள் குன்றத் தோளார் முதலிய அம்மூவர்தாம் என்பதை நாம் அறியாமலில்லை. ஆயினும்,

நடித்துக் கொண்டிருந்தார்கள் - மாடு அந்த மங்கையைக் கொம்பால் குத்திவிடப் போகும் கட்டத்தில், நம் உள்ளம் எந்த நிலையை யடைந்தது?

குன்றத்தோளார் - முதலிய மூவரையும் மறந்தது மயிலல்ல, மகன் தான்; மாடல்ல, மகன் தான் மங்கையல்ல. மகன் தான் -

ஆயினும் நம் உள்ளம் மக்கள்தாம் இவர்கள் என்பதை மறந்துவிட்டது.

நம்மை எது மறக்கச் செய்ததோ அது கலை.

அந்த ஆள் மங்கை என்றும், மற்றோர் ஆள் கொல்ல வரும் மாடென்றும் மறந்ததே என்னுள்ளம், எது - எந்தத் திறம், என்னை அவ்வாறு மறக்க வைத்ததோ அது கலை!

ஆதிமந்தி, ஆடல் வல்லுநரை நோக்கிக் கூறுவாள் -

நீவிர் இன்னும் உங்கள் ஆடலை நடத்த விரும்புகின்றீர்களா?

வல்லமன் : இல்லை; நாளைக்கு நேரம் குறிப்பிட்டால் ஆடல் நடத்த அட்டியில்லை.

ஆதிமந்தி : நானும் அப்படித்தான் நினைத்தேன். நாளை மாலை வருகின்றீர்களா? ஒன்று கேட்க விரும்புகின்றேன். ஆடல் திறமுடையார் உங்கள் பதினொருவர் தவிர இன்னும் இருக்கின்றாரா?

வல்லமன் : ஆம் அம்மே! அவரும் நாளை வருவார்.

ஆதிமந்தி : உங்கட்கு என்ன தேவை?

வல்லமன் : இன்றே எமக்குத் தேவைப்படுவது, தங்க இடம்.

ஆதிமந்தி : இவ்வரண்மனை சார்ந்த அற விடுதி ஒன்றுள்ளது.

வல்லமன் : வெள்ளித் தெரு அறவிடுதியில் தங்கியுள்ளோம். அதை விட்டு எம்மைப் போகச் சொல்லாதிருந்தாலே போதிய தாகும்.

ஆதிமந்தி : ஏற்பாடு செய்துவிட்டேன்.

வல்லமன் : விடை?

ஆதிமந்தி : நன்றி ஐயன்மீர். *(போதல்)*

காட்சி - 17

தாத்தா, நீங்கள் எனக்காக ஒரு வேலை செய்ய வேண்டும் என்றாள் ஆதிமந்தி. காத்திருக்கிறேன் அன்னையே என்றார், ஒரு பணியாளன் குரலில், இரும்பிடர்த் தலையார்.

ஆதிமந்தி, அதிகாரத் தோரணையில் தான் பேசிவிட்டதாக உணர்கிறாள். அதற்காகத் தாத்தாவை மன்னிப்புக் கேட்டாள். மேலும், அவள் சொல்லுகிறாள்; புதிய முத்துக்கள் வேண்டும் தாத்தா. விறலாரிடம் சரக்கு வந்திருப்பதாகத் தோழி சென்னாள். உங்களுக்குத் தானே முத்துக்களை ஆராயும் ஆற்றல் உண்டு?

தாத்தா : என் கண்ணே இதோ - *(போகிறார்)*

தோழி ஓடி வருகிறாள் ஆதிமந்தியிடம், அவள் கூறுகிறாள்; ஆதிமந்தி ஆதிமந்தி, ஆடல் துவங்கியாயிற்று. விரைவில் வந்தால் தானே?

தாத்தாவை மெதுவாகத் தள்ளினேன் வெளியில் என்று கூறி, ஆடல் நடக்கும் இடமாகிய அரண்மனைத் தோட்டத்தை நோக்கித் தோழியுடன் ஓடுகிறாள்.

வழியில் -

தோழி, புதிய ஆட்டக்காரரும் வந்திருக்கிறாரா?

தெரியாது என்கிறாள் தோழி.

(ஓடுகிறார்கள்)

ஆடலரங்கின் எதிரில், திண்ணையில் தோழியுடன் சென்று அமர்கிறாள்.

ஆடல் நடக்கிறது -

ஒருத்தி நீர்த்துறை நோக்கிக் குடம் எடுத்து மெல்லிடை அசைய நடக்கிறாள். குடம் துலக்குகிறாள். உடுத்த சேலையின் சிறு பகுதி உடல் மறைக்க, மற்றுள்ள பகுதியை நனைத்துத் துவைக்கிறாள்.

துவைத்த பகுதியால் உடல் மறைத்து, மற்றப் பகுதியைத் துவைக்கிறாள். நீராடுகிறாள் -

ஆடலில் தோன்றும் இந்த நிகழ்ச்சியை ஆதிமந்தி விரும்ப வில்லை. நீராடும் பெண்ணாக நடிப்பவன் காலில் கழல் அணிந் திருக்கவில்லை. அந்தக் கால் பொன்னொளி தழுவியிருக்கவில்லை.

வேறொரு நடிகன் வெளிவர மாட்டானோ? - இது ஆதிமந்தி யின் அவா.

கூட்டிசை முழங்கி அறுதி அடைகிறது.

பாடலும், பின்னிசையும் தோன்றுகின்றன.

மன்னன் ஒருவன் தேர் செலுத்தி வருகிறான்.

அவன் காலில் மறக்கழல் ஒளி வீசுகிறது.

ஆதிமந்தி உள்ளம், அவன், அவன் அந்த ஆணழகன் என்று துடிக்கிறது. காதல், சூறை! அதில் அவள் துரும்பு. காதல், அனல்! அதில் அவள் புழு!

அவள் உள்ளத்தில் ஏற்பட்ட பரபரப்புக்கு ஒத்த வகையில், ஓர் எண்ணம் தோன்றுகிறது. அவ்வெண்ணத்தைச் செயற்படுத்தத் தயங்கவில்லை: எனக்கு மயக்கம்! என்று கூச்சலிடுகிறாள்.

தன் தோழியிடம், தலையும் வலிக்கிறது என்று கூறித் திண்ணையில் சாய்கிறாள். அனைவர் பார்வையும் ஆதிமந்தியைச் சூழ்கிறது. ஆடல் நிறுத்தப்படுகிறது. அனைவரும் ஆதிமந்தியைச் சூழ்ந்து கொள்ளுகிறார்கள். நடிப்பு உடையுடன், சேரன் அவளை அணுகி, அவளின் அழகைக் கேட்பாரின்றி அள்ளி அருந்திக் கொண்டிருக்கிறான்.

ஆதிமந்தி பேசத் தொடங்குகிறாள் -

அதோ, அந்த மாமரத்தின் தளிர்களையெல்லாம் பறிக்க வேண்டும். குன்றத்தோளார் உள்ளிட்ட பத்துப் பேரும் இதை விரைவிற் செய்க. தோழியே! விரைவாகப் போ, அரண்மனை மருத்துவரிடம். மயக்கமும் தலைவலியும் என்று கூறி மருந்து பெற்று வா!

எதிரில் நிற்கும் சேரன் தவிர, மற்றவர் அனைவரும் போய் விடுகிறார்கள்.

ஆதிமந்தியின் எதிரில் நிற்கும் ஆட்டனத்தி, நான் என்ன செய்யவேண்டும் இளவரசியாரே? என்று அஞ்சிய குரலில் கேட்கிறான். அவளின் கண்ணில் திரளும் ஒளியையும் கடையுதட்டின் தாழ்திறக்கும் புன்சிரிப்பையும் தன் கேள்விக்கு விடையாகப் பெறுகிறான். ஆயினும், விடையின் பொருள் அவனுக்கு நன்றாய் விளங்கவில்லை.

ஆதிமந்தி : *நீலந் துவைக்கும் தொழிலாளியாய் நடித்தவர் நீர்தாமோ?*

சேரன் : *ஆம், அம்மா!*

ஆதிமந்தி : *அன்று கழலணிந்த காலுடன் காணப்பட்டன நீர்தாமோ?*

சேரன் : *விழித்தான்; அஞ்சினான். தன் காலை மற்றொரு முறை நோக்குகிறான். ஆம், அம்மே! அது எனக்குக் கிடைத்த பரிசிற் பொருள்களில் ஒன்று.*

ஆதிமந்தி : *நீவிர் எங்கிருப்பது?*

சேரன் : *எல்லைப்புறம்.*

ஆதிமந்தி : *எல்லைப்புறத்து ஆளா? உன்னை ஓர் அரசன் என்று நினைக்கிறேன்.*

ஆட்டன் : *எந்த நாட்டுக்கு?*

ஆதிமந்தி : *ஏதோ ஒரு நாட்டுக்கு!*

ஆட்டன் : *எதைக் கொண்டு சொல்லுகிறீர்கள்?*

ஆதிமந்தி : *நடை, உடை தோற்றம், குரல் ... ...*

ஆட்டன் : *இவை அரசர்க்கு வேறு, ஆண்டிக்கு வேறா?*

ஆதிமந்தி : *உம்! இல்லையா பின்னை?*

ஆட்டன் : *நடிப்புத்திறன் என்பதொன்று உண்டு நம்புகிறீர்களா!*

ஆதிமந்தி : *ஆம். ஓகோ! ஆம், நடிப்புத் திறத்தால் ஆண்டியும் அரசனாகத் தோற்றமளிக்க முடியும் ... ... ஆயினும் ... ...*

ஆயினும், பிறப்பிலேயே நீ ஓர் - நீங்கள் ஓர் அரசரென்று - அரசரென்று எண்ணுகிறது என் உள்ளம்!

ஆட்டன் : வேடிக்கையான உள்ளம்! எவனும் ஆண்டியாகவே பிறப்பதில்லை! அரசனாகவும் பிறப்பதில்லை.

ஆதிமந்தி : உமக்கு இது எப்படித் தெரியும்?

ஆட்டன் : என் பகுத்தறிவால்!

ஆதிமந்தி : என் தந்தை எப்படி?

ஆட்டன் : தந்தையின் தந்தை தேடிவைத்த அரச நிலையை, படைத் துணையை உன் - உம் தந்தை அடைந்தார்.

ஆதிமந்தி : தந்தையின் தந்தை சொத்து. சரி; அவர் தந்தை...? அரசனாகவே பிறந்தார் இல்லையா!

ஆட்டன் : இல்லை. மாந்தரில் ஒருவராகவே பிறந்தார், தம் தோள் வலிமையால் அரசரானார்,

ஆதிமந்தி : மக்கட் பிறப்பில் உயர்வு தாழ்வு கிடையாது. இல்லையா?

ஆட்டன் : இருக்க முடியாது.

தன்னிலையிழந்த ஆதிமந்தியின் உள்ளம், தன் உண்மைத் தன்மையைக் கக்கிவிட்டது.

ஆதிமந்தி : அவள் கூறினாள் வாய் தவறி: அப்படியா? என் அன்பு தகாத இடத்தில் சென்றுவிடவில்லை.

பதைபதைப்புடனும், தடுக்க முடியாத அவாவுடனும், அவள் அவனைப் பார்த்து மேலும் கூறுகிறாள்: ஆகையால் நீங்கள்

எனக்கு ஓர் உதவி செய்ய வேண்டும். இன்றிரவு இத்தோட்டத்துக் கதவைத் திறந்து வைக்கிறேன். நீங்கள் மட்டும் தனியாக வரவேண்டும். அவர்கள் வருவதற்குள் உறுதி கூறிவிடுங்கள்! என்ன?

ஆட்டன் : உறுதி!

ஆதிமந்தி : நான் தோட்டத்து வாயிற்படியிலேயே அச்சடித்த பாவை போல் அசையாது நின்றிருப்பேன். நீங்கள் வரும் வரைக்கும், நீங்கள் வரும் திசையை நோக்கியபடியே இருக்கும் என் கண்கள், சிமிழ்க்காமல்!

ஆட்டன் : உறுதி! அவர்கள் வருகிறார்கள்.

ஆதிமந்தி : எனக்கு மகிழ்ச்சி. மறந்துவிடாதீர்கள்.

ஆட்டன் : இல்லை; அவர்கள் வருகிறார்கள்.

ஆதிமந்தி : ஆமாம்; ஆமாம் வராவிட்டால் என் உயிர் இருப்பது உறுதியில்லை உம்; உம்.

ஆட்டனத்தி சற்றே விலகி நிற்கிறான். ஆதிமந்தி ஒன்றும் அறியாதவள் போல் மேல் நோக்கியிருக்கிறாள். குன்றத் தோளான் உள்ளிட்ட அனைவரும் வருகிறார்கள்.

குன்றத் தோளான் : துளிர் பறித்துப் போட்டாயிற்று.

ஆதிமந்தி : ஓகோ, மிக்க நன்றி! நீங்கள் அனைவரும் போகலாம். வேண்டும் போது அழைக்கிறேன்.

அனைவரும் போகிறார்கள் ஆட்டனத்தியும் போகிறான், ஆதிமந்தியைக் காதற் கண்ணால் பார்த்தபடி.

காட்சி - 18

ஆதிமந்தி தன் கட்டிலில் படுத்திருக்கிறாள். தோழி பால் கொண்டு வந்து வைக்கிறாள்.

ஆதிமந்தி : இனி ஒன்றும் வேண்டாம் இனி என் படுக்கையறையை நோக்கி யாருமே வரவேண்டாம். தூக்கம் எனக்கு!

தோழி : பழம் கொண்டு வந்து விடுகிறேன்.

ஓடிப் பழங் கொண்டு வந்து வைக்கிறாள்.

ஆதிமந்தி : அதோடு நிறுத்து! இனி ஒன்றும் வேண்டாம். தூக்கம் கண்ணிமையைச் சுழற்றுகிறது.

தோழி : சர்க்கரை கொண்டு வந்து விடுகிறேன்.

ஓடி மீளுகிறாள்.

ஆதிமந்தி இனி ஒன்றும் தேவையில்லை. பாதி இரவாயிற்று, நான் சாப்பிட்டு முடிய என் நினைவே தூக்க மயக்கத்தில் கரைகிறது. போ என்றால் போக மாட்டேன் என்கிறாய்.

தோழி : ஏன் என்னை இன்றைக்கு இப்படி வெருட்டுகிறாய்? உனக்கு இன்று என்ன வந்தது?

ஆதிமந்தி : ஒன்றும் வரவில்லை. எனக்கு வாழ்வு வந்து விடவில்லை என்றேன். அவ்வளவு தான். அதுபற்றி நீ கேட்கத்

தேவையில்லை. நான் தனிமையை விரும்புவதில் வியப்படையத் தக்கது எதுவுமில்லை; சொல்லிவிட்டேன்.

தோழி : கோடையில் பெய்யும் முத்துமழை போல என்ன இப்படி - இவ்வளவு பேசுகிறாய்?

நான் உன் அறைக்கு வரமாட்டேன், நீ செத்தாலும்; நான் சாவதாயிருந்தாலும்.

தோழி அறைக் கதவை ஒருக்கணித்து விட்டு வெளிச் செல்லுகிறாள்.

தோழி சென்றாள், கால் நாழிகை சென்றது. அந்தக் கால் நாழிகை ஆதிமந்திக்குப் பன்னூறு நாழிகையாய்த் தோன்றியிருக்கலாம். அதற்குள் அவள், நானூறு தடவை சேரன் வருகிறானா என்று தோட்டத்து வாயில் வழிச் சென்று திரும்புகிறாள். இடையில் ஆதிமந்திக்கு ஓர் அச்சம், தோழி தன் அறைக்கு வந்து விடுவாளோ என்று நினைத்து!

ஆதிமந்தி, தன் அறையை விட்டு நீங்கித் தோட்டத்து வாயிலில் நின்று சேரனின் வருகை மேல் விழி செலுத்த லானாள். அதே நேரத்தில் தோழி, அவளை அறையில் வந்து பார்த்து - இல்லாததால் தோட்டத்து வாயிலில் வந்து பார்க்கிறாள்.

ஆதிமந்தி : ஆர்?

தோழி : இதுதான் தூக்கமோ?

ஆதிமந்தி : தூங்கிக் கொண்டு தான் இருந்தேன். பலகணி வழியாகத் தென்றற் காற்று, பூவிதழ் ஒன்றைத் தூக்கி வந்து, என் மார்பின் மேல் போட்டது. பூவிதழில் ஒரு பொன்வண்டு.

அது நன்றாக எரியாத விளக்கொளியில் மாணிக்கம் போல் மின்னியது. அது எனக்கு வேண்டும். அது இவ்வழியாகப் பறந்து போயிற்று. உனக்கென்ன? நீ போ, தூங்கு!

தோழி ஆதிமந்தியின் அதட்டலுக்கு அஞ்சிப் போய் விடுகிறாள். தோழி தன் அறைக்கு வரும் உட்புறக் கதவை இழுத்துப் பூட்டுகிறாள் ஆதிமந்தி.

ஆதிமந்தி கட்டிலில் படுப்பாள். அதிக நேரம் ஆய்விட்டதாகக் கருதி எழுந்தோடிச் சேரன் வரும் வழி பார்ப்பாள். மீண்டும் கட்டில். மறுபடியும் வரும் வழி.

எப்படியும் வருவான் என்று நினைப்பாள். அவன் ஆடற்காலின் அழகு நினைத்து அவளும் ஆடுவாள், தறுகண் மீது வளைந்த புருவம் நினைப்பாள். அவன் மலைத் தோள் நினைப்பாள், தனிமையாகத் - தன் கட்டிலண்டை யில்... நள்ளிரவில் அவனைக் காணப்போகும் பேறு நினைத்துத் துள்ளி எழுவாள். வராதது பற்றி மனம் இரங்குவாள்.

கலுக்கென்று ஓர் ஒலி கேட்கிறாள். அவன் தூக்கி வைத்த காலின் கழல் ஒலி என்று ஓடுகிறாள். ஆம் அவன் தான்,

எதிர் கொண்டாள். நான் தான் என்றாள் அவனும் நான் தான் என்றான். கட்டிலண்டை வந்து சேர்ந்தார்கள். உட்காரலாம் என்று அன்புடன் கூறினாள்.

சேரன் : செப்புகிறான் நம் உள்ளத்தை ஒத்திட்டுப் பார்க்க வேண்டாமா?

ஆதிமந்தி : உங்களையே அடைந்துவிட்டது என் உள்ளம், நீங்கள் யாராயிருந்தாலும்!

சேரன் : என் நெஞ்சம் உங்களையே நத்திவிட்டது. என்னை நீவிர் பிடர் பிடித்துத் தள்ளினாலும் விலகேன்.

அவள் கைகள் ஏந்த, ஆட்டனத்தியின் இருகைகளும் அவற்றைப் பற்றுகின்றன.

ஆதிமந்தி : நீங்கள் யார் என்பதை நான் அறிய வேண்டாம். உங்கள் அழகு என் உள்ளத்தைக் கவர்ந்து விட்டது. எதுவும் இனி நம்மைப் பிரிக்க முடியாது, நம் இரண்டுள்ளமும் ஒன்று பட்டதால்! எனக்கு உங்களை விட எதுவும் பெரிதில்லை, நாம் இரண்டுடல் ஒருயிர் ஆய்விட்டதால்.

சேரன் : ஆதிமந்தி! நம் உறவை உறுதி செய்தன ஒத்த இளமையும், ஒத்த அன்பும், ஒத்த அழகும்! ஆயினும், நம்மைப் பிரிக்கக் காத்திருப்பது ஒன்று உண்டு.

ஆதிமந்தி : நம் பெற்றோரா?

சேரன் : இல்லை.

ஆதிமந்தி : பகைவரா?

சேரன் : அதுவுமில்லை.

ஆதிமந்தி : ஏன் உங்கள் பேச்சில் இத்தனை அச்சம்? நம்மைப் பிரிக்க இருப்பது நம் இறுதி - சாக்காடாகத்தான் இருக்க முடியும்.

சேரன் : நான் யார்? - சொல்ல அஞ்சுகிறேன். ஆயினும் சொல்லுகிறேன் உன்னை நம்புவதால்!

ஆதிமந்தி : யார் நீங்கள்? - யாராயிருப்பினும் என் உயிர் நீங்கள்!

சேரன் : உன்னை நீ நம்புகிறாயா?

ஆதிமந்தி : *சோழன் மகள் நான்.*

சேரன் : *இருந்தாலும்?*

ஆதிமந்தி : *அஞ்சுகிறீர்கள்.*

சேரன் : *அஞ்சுவது அஞ்சாமை பேதைமை அல்லவா?*

ஆதிமந்தி : *அஞ்ச வேண்டாமே. என்னைக் கைவிட மாட்டீர்களே?*

சேரன் : *உயிருள்ளவரைக்கும் இல்லை!*

ஆதிமந்தி : *அப்படியானால் நீங்கள் உயிரோடிருப்பதில் ஐயப்பாடு உண்டோ?*

சேரன் : *இல்லை ஆதிமந்தி. அதற்கல்ல.*

ஆதிமந்தி : *பின் எதற்கு? என்னைக் கொலை செய்வது உங்கள் நோக்கமா?*

சேரன் : *அதைவிட கொடிய நோக்கமுடையவன்.*

ஆதிமந்தி : *என்ன? அந்நோக்கம்? ... ... இருப்பினும் அது நம்மைப் பிரிக்காது.*

சேரன் : *நான் சேரன் ஆட்டனத்தி!*

ஆதிமந்தி : *ஓ! (வியப்பு) சேர மன்னரா! (சிரிப்பு). எவ்வளவு கசப்புத் தெரியுமா கற்கண்டு போல!*

சேரன் : *அப்படியா?*

ஆதிமந்தி : *வேறென்ன? பகை என்றா எண்ணுகிறார்கள்? இன்றுதான் உறவாகி விட்டீர்களே? என் தந்தை எதிர்ப்பாரென்றா எண்ணுகிறீர்கள்? நீங்கள் தாம் என் உயிராகி*

விட்டீர் களே? அல்லது தாத்தா வருந்துவார் என்றா எண்ணுகிறீர்கள்? அவர்கள்தாம் மகிழ்ச்சியடைவார்களே!

சேரன் : உன் மனப்பாங்கு அப்படி. அவர்களையும் அப்படி நினைக்கிறாய்.

ஆதிமந்தி : இல்லையானால், உங்களை அப்படியே, இரண்டு துண்டாய் வெட்டி விடுவார்களோ, என் தந்தையும் தாத்தாவும் கூடிக் கொண்டு?

சேரன் : ஏன் இராது?

ஆதிமந்தி : வெட்டும்போது, நான் பட்டுப் போன மரம் போலப் பார்த்துக் கொண்டே நிற்பேனா?

சேரன் : என்ன செய்வாய்? என்ன செய்ய முடியும்?

ஆதிமந்தி : நடக்கப் போவதைக் கேளுங்கள். விடிந்ததும் தாத்தா வருவார். வந்திருப்பவர் சேரமன்னர் ... ...

சேரன் : அப்படியா?

சேரன் தன் இடையிலிருந்து வாளை உருவுவது போல் காட்டுகிறான். அவன் திடுக்கிட்டு விலகி நிற்கிறாள்.

சேரன் : ஏன் இப்படி அஞ்சுகிறாய்? அட ! நானே இப்படிச் சீறினேன் என்றா? அப்படி உன் தாத்தா எரிந்து விழுவார். என்றேன்.

ஆதிமந்தி : ஓகோ உங்கள் ஆடல் திறமையும் அல்லலை விளைத்து விட்டது. வந்திருப்பவர் சேரமன்னர் என்று நான் சொன்னால், அதற்கு என் தாத்தா அப்படியா என்று வாளையா உருவுவார்? உருவட்டுமே! வந்து உங்களை வெட்டுவதற்குள்,

சேரருக்கு என்னை ஒப்படைத்து விட்டேன் என்று சொல்லிவிட மாட்டேனா! உருவிய வாளைப் பழையபடி உறையிற் போட்டுக் கொள்ள மாட்டாரா!

சேரன் : அப்படித் திடீரென்று சொல்லக்கூடாது ஆதிமந்தி. நான் தான் ஆதிமந்தியும், உன் தாத்தா இரும்பிடர்த் தலையாரும் என்று வைத்துக்கொள்.

(சேரன், ஆதிமந்தி இரும்பிடர்த்தலையார் இருவரும் பேசுவது போல் நடிப்புடன் பேசுகிறான்.)

தாத்தா!

ஏனம்மா!

அந்த ஆட்டக்காரர்கள் சேரநாட்டில்தான் ஆடக் கற்றுக் கொண்டார்களாம்.

ஓகோ!

நானும் அங்கே போய் ஆடக் கற்றுக் கொள்ளவேண்டும் தாத்தா.

கற்றுக் கொள் அவர்களிடம் இங்கேயே.

ஆற்று நீரை நேரே அள்ளிக் குடிப்பதால் வேண்டிய மட்டும் கிடைக்கும், பிறர் அள்ளி வந்தால் இடையில் ஒழுகிவிடும்.

சேரன் நாடு பகை நாடல்லவா?

ஆம் தாத்தா, அவர் நம்மைப் பகைவர் என்று நினைக்காமல் இருக்க வேண்டும்.

உறவென்றா நினைப்பார்கள் நம்மை?

நீங்கள் சேரரைப் பகை என்று எண்ணவில்லையே?

இல்லை.

என் தந்தை?

நினைக்கவில்லை.

சேரரும் நம்மேல் பகை கொள்ளவில்லை என்று தெரிய வேண்டும் இல்லையா?

நமக்கு எப்படித் தெரியும்?

தெரிந்தால்?

நாம் நட்புக்கொள்ள அட்டியில்லை.

அவருக்கு மணமாகவில்லையாம் தாத்தா!

ஆம் நீ என்ன எண்ணுகிறாய்?

நீங்கள் என்ன நினைக்கிறீர்கள் தாத்தா?

அம்மா, நான் சேரனைப் பற்றி எதுவும் நினைத்ததே யில்லை.

நானும் நினைக்க கூடாதோ?

நினைக்க உனக்கு உரிமை உண்டு; ஆனால் அவன் உன்னை நினைக்க வேண்டுமே?

நினைப்பதாய்த் தெரிந்தால்?

எங்கே தெரிகிறது?

தெரிந்தால்?

உன் விருப்பம்; அவன் விருப்பம்.

அட்டி சொல்ல மாட்டீர்களே?

எனக்கென்ன அட்டி?

உறுதியாகவா?

உறுதியாக.

அப்பாவுக்கு வருத்தமாயிருக்குமோ?

அஃதெப்படி இருக்கும்?

பகை என்பாரே!

உறவாகி விடுகிறானே!

ஒருகால், எரிந்து வீழ்ந்தால்?

தணித்து விடுகிறேன்.

உறுதியாகவா?

உறுதி அம்மா!

அம்மா ஒப்புவார்களா?

நான் சொல்லிக் கொள்ளுகிறேன். ஏதாகிலும் உன்பேச்சில் உண்மை இருக்கிறதா ஆதிமந்தி?

இனி அவர் நம் பகைவர் அல்லர்.

எப்படிச் சொல்லுகிறாய்?

சொல்லி அனுப்பினார்.

யாரிடம் ?

இங்கு வந்தவரிடம், தாத்தா!

எப்படி நம்புவது அம்மா?

எழுதி அனுப்பியிருக்கிறாரே தாத்தா!

உனக்கா?

உங்கட்கு.

எங்கே ஓலை?

என் சொல்லில் நம்பிக்கை இல்லையா உங்கட்கு?

பெரிய செய்தி அம்மா.

உண்மை தாத்தா.

விளையாடாதே!

என் வாழ்வின் தலையான கட்டம் தாத்தா.

ஓலை எங்கே? என்ன நடந்தது?

ஓலை காட்டினாலும் நம்ப மாட்டீர்கள்,

ஆம். கடினந்தான்.

நேரில் சொன்னால்?

சேரனா அம்மா?

ஆம்.

என்ன புதுமை! இங்கு வந்தா?

உம்.

வருவானா?

வராமல் என்ன தாத்தா?

யாரை நம்பி?

என்னை

வியப்பு!

அடைக்கலம் தருவீரா?

தமிழன் கடமையல்லவா?

-இப்படி மெல்ல மெல்லச் சொல்ல வேண்டும்.

ஆதிமந்தி : ஆகட்டும், அப்படித்தான் ஆகட்டும். நலம் செய்து கொள்ளுங்கள். நாழிகை ஆகிறது.

சேரன் தன் மேலுடையைக் களைந்து தர, ஆதிமந்தி அதை வாங்கி ஒருபுறம் மாட்டுகிறாள். இடையில் கட்டியிருந்த வாளை அவிழ்த்துத் தர, அதை வாங்கி ஒருபுறம் வைக்கிறாள். அவன் மார்பிலும் தோளிலும் சந்தனம் பூசி மகிழ்கிறாள். மாலை சூட்டுகிறாள். அவன் அவளின் கைகளைப் பற்றுகிறான். அதே நேரம் அவர்கள் இருந்த அறைக்கதவு தானே மூடிக் கொள்ளுகிறது.

ஆதிமந்தியும் சேரனும் படுத்திருக்கும் அறையின் வெளிப்புறத்தில் - அந்த இரவில், தோழியை நோக்கி இரும்பிடர்த் தலையார் சுட்டுவிரலைத் தம் வாய் சேர உயர்த்தி, கூவாதே என்ற கருத்துத் தோன்றக் காட்டி, மெதுவாக அடியூன்றிச் செல்லுகிறார். தோழியும் அவ்வாறே இரும்பிடர்த் தலையாரைப் பின்பற்றிச் செல்லுகிறாள்.

காட்சி - 19

இரும்பிடர்த்தலையாரின் தனியறை வந்து சேருகிறார்கள், இரும்பிடர்த் தலையாரும் தோழியும்.

இரும்பிடர்த்தலையார் : திடுக்கிடத்தக்க நிகழ்ச்சி! ஆயினும் அறிஞர்கள் ஆதரிக்கத்தக்க செய்தி. சோழன் ஒரு சுடு மூஞ்சி. சொல்வதைப் பொறுமையோடு கேட்கும் பண்பு கூட அவனிடம் இல்லை. பகைவன் உறவானான்! இச் சோழநாட்டுக்கு மட்டுமல்ல; மூவல்லரசுகட்கும் எதிர் பாராது கிடைத்த நற்செய்தி. உலகின் அமைதியை உண்டு பண்ணி விட்டாள் அருமைப் பேர்த்தி ஆதிமந்தி. அவள் அழகு. அவள் பண்பாடு அந்த மறத்தமிழனை, ஆம்; அந்த வெல்லுதற்கரிய சேரன் ஆட்டனத்தியை வழிப் படுத்திவிட்டன.

சேரன் என்றே, தோன்றுகிறது. நம் ஆதிமந்தியிடம் இந்த நள்ளிரவில் தனியறையில் பேசியிருக்கிறான். அவளும் அவன் மேற் காதல்கொண்டு பேசுகிறாள் என்றல்லவா என்னிடம் ஓடிவந்து கூறினாய்? இதை நீ கூறியபோது உதடு நடுங்கிற்று. ஆயினும் தோழிப்பெண்ணே, உன் உடல் பூரிப்பால் செயலற்றது. இதை நீயும் அறிந்திருப்பாய். குழந்தாய்! சோழனை நான் ஒத்துக் கொள்ளச் செய்ய வேண்டும். என் ஆயுள் முடிவில் இந்நாட்டுக்குச் செய்யத் தக்க பெருந்தொண்டு ஒன்று இருக்குமானால், அது சேரன் உறவைச் சோழன் ஒத்துக் கொள்ளச் செய்வதுதான்.

ஐயோ, அவன் ஒத்துக் கொண்டாலும் அந்தச் சோழன் மனைவி ஒத்துக்கொள்ள மாட்டாள். தன் வழியில் ஆதிமந்தியை மணம் செய்து கொடுக்கவே அவள் எண்ணியிருக்கிறாள்.

தோழி : தாத்தா! தாங்கள் நினைத்தால் இது ஆகாததா? எவ்வாறு அவரவர்கட்குச் சொல்லவேண்டும் என்பது தங்கட்குத் தெரியும்.

நாழிகையாகவில்லையா? சிறிது நேரம் கண்ணுறக்கம் கொள்ளுங்கள்.

இரும்பிடர் : எப்போதும், யாரிடமும், சேரன் ஆதிமந்தி உறவையோ, சேரன் இங்கிருப்பதையோ வெளியிடாதே! இதை யெல்லாம் மறந்து தூங்கு.

தோழி : ஆம் தாத்தா. இதையே நினைத்துக்கொண்டு தூங்கினால், தூக்கத்தில் வாய்பிதற்ற நேர்ந்தாலும் நேர்ந்துவிடும்.

இரும்பிடர் : நீ போ!

(போகிறாள்.)

காட்சி - 20

காலை மலர்ந்தது. இரும்பிடர்த்தலையார் தன் தனியறையில் வந்து உட்காருகிறார். அவர் யாரையோ எதிர்பார்த்து, வெளி வாயிலுக்கும் தன் அறைக்குமாக உலவுகிறார். அவர் முகம் எண்ணக் கடலின் அடியாழத்தில் வேலை செய்கிறது. தோழி வருகிறாள்.

இரும்பிடர் : *என்ன நடந்தது? சேரன் தன் இருப்பிடம் சென்று விட்டானோ? யாரும் பார்த்து விடவில்லையே?*

தோழி : *இல்லவேயில்லை தாத்தா. அவர் ஓர் ஆட்டக்காரரர் போலவே உருமாறி வழவழவென்று வந்த வழியே போய் விட்டார். என்னைக் கூடத் தேடவில்லை ஆதிமந்தி. காலைக் கடன் முடிக்க ஒன்றும் அறியாதவள் போல் மடமடவென்றா சென்று விடுவாள்?*

- தன் கையை முகவாயில் ஊன்றி வியப்புறுகிறாள்.

இரும்பிடர் : *இரு, சிலம்பொலி! அவள் தான். முத்துக்களை எடுத்துக் கொள்ளுகிறேன், அவள் வாங்கி வரச் சொன்னா ளல்லவா!*

முத்துக்கள் நிறைந்த சிமிழ் ஒன்றைப் பெட்டி திறந்து எடுத்துத் தம்முன் வைத்துக் கொள்கிறார்.

(ஆதிமந்தி வருகிறாள்.)

ஆதிமந்தி : *தாத்தா!*

இரும்பிடர் : வா அம்மா, இதோ முத்துக்கள்.

ஆதிமந்தி : நீ ஏது காலையில் இங்கே?

தோழி : என்னிடம் ஏன் பேசுகிறாய்?

ஆதிமந்தி : சரி; சரி அடக்கு.

தோழி : அடக்க முடியாதே. அதெப்படி அடக்குவது? வழக்கம் போலத்தானே பணிவிடைக்கு வந்தேன் உன் அறைக்கு நீ என்னவோ புதிதாகச் சிடுசிடு என்று விழுந்தாயே.

ஆதிமந்தி : அதெல்லாம் கிடக்கட்டும்.

தோழி : ஏன் கிடக்கச் சொல்லுகிறாய்? தாத்தாவிடம் முழுதும் சொல்லித்தான் பார்ப்போமே.

ஆதிமந்தி : எரிச்சல் ஆகாது கண்ணே. இந்த முத்தைப்பார் நல்ல தாய்ப் பொறுக்கு.

இரும்பிடர்த்தலையார் சிரிக்கிறார். தோழி சிரிக்கிறாள்.

இரும்பிடர் : தோழிப் பெண்ணே, சிற்றுணவு ஏற்பாடு செய். நீ போ.

தோழி : முத்தைப் பார்க்கலாமே?

இரும்பிடர் : வேண்டாம் போ.

ஆதிமந்தி : வேண்டாம் போ.

தோழி : தாத்தா சொன்னால் போதுமே.

ஆதிமந்தி : நான் சொன்னது தவறுதான் போ.

தோழி : அப்போதும் போ என்று தானே கூறுகிறாய்

ஆதிமந்தி : சரி; அதுவும் சொல்லவில்லை.

(தோழி போகிறாள்)

ஆதிமந்தி, தோழி போய்விட்டாளா என்று நோக்குகிறாள்.

ஆதிமந்தி : அந்த ஆட்டக்காரரைக் கேட்டேன் தாத்தா. அவர்கள் நம் நாட்டு மக்கள். நீங்கள் ஆடுவதற்கு எங்கே கற்றுக் கொண்டீர்கள் என்று கேட்டேன். சேர நாட்டில் என்றார்கள்.

இரும்பிடர் : அப்படியா!

ஆதிமந்தி : நான் ஆடல் கற்றுக் கொள்ளவேண்டும் தாத்தா!

இரும்பிடர் : அந்த ஆட்டக்காரர்களிடம் கற்றுக் கொள்வதுதானே?

ஆதிமந்தி : ஆற்றில் நேராக அள்ளிக் குடிப்பதற்கும், ஒழுகவிட்ட படி ஒருவர் அள்ளிவர அதைக் குடிப்பதற்கும் வேறு பாடில்லையா தாத்தா!

இரும்பிடர் : சேரநாட்டிலே சென்று கற்றுக்கொள்வது நல்ல தென்கிறாயா? அது கிடக்கட்டும். குழந்தாய், உன்னை அந்தச் சேரன் ஆட்டனத்திக்கே வாழ்க்கைப்படும்படி செய்ய எண்ணுகிறேன்.

ஆதிமந்தி : நீங்களா அப்படி நினைப்பீர்கள், நான்தான் தெரியாத் தனமாக நினைத்தாலும்!

இரும்பிடர் : எண்ணமிருந்தால் சொல்லமாட்டயா?

ஆதிமந்தி : சொன்னால் முடிப்பீர்கள்?

இரும்பிடர் : முடிப்பேன்.

ஆதிமந்தி : பகையாயிற்றே.

உறவாகி விடுகிறாரே என்று தாத்தா சொல்ல வேண்டும் என்று கூறிக்கொண்டே, தோழி உள்ளே நுழைகிறாள்.

இரும்பிடர் : அது தான் உறவாகி விடுகிறாரே, சேரர்!

தோழி : உறவாகி விட்டாரே.

ஆதிமந்தி : பாருங்கள் தாத்தா அவளை! இதெல்லாம் கேலியா? நீங்கள் ஏதோ கேட்கிறீர்கள்; நான் பதில் சொல்லுகிறேன். அதைக் குளறுபடி செய்கிறாள்.

தோழி : ஐயோ! தாத்தா கேட்கிறார். இவர்கள் பதில் சொல்லு கிறார்கள். தாத்தாதான் இரவு பாடம் வரப்படுத்தினார்.

ஆதிமந்தி : நீ போ அம்மா, பசிக்கிறது. உணவு பரிமாறு, நீ போ, உன்னைக் கேட்டுக் கொள்ளுகிறேன். போ அம்மா.

இரும்பிடர்த்தலையர் சிரிக்கிறார். தோழி சிரிக்கிறாள்.

இரும்பிடர் : நீ போ அம்மா.

தோழி : சுருக்கமாக முடி ஆதிமந்தி!

(போகிறாள்.)

ஆதிமந்தி : நீங்கள் அப்படி நினைக்கிறீர்கள். அப்பா, அம்மா அவன் பகைவன் என்பார்களே.

இரும்பிடர் : நான் தான் சரிப்படுத்தி ஆகவேண்டும். அதற்கு ஒருவழி சொல்லுகிறேன். தோழி வந்து கொண்டிருக்கிறாள்.

ஆதிமந்தி : என்ன வழி தாத்தா?

இரும்பிடர் : இதே நேரம் ... ... முதலில் சேரரைத் தம் நாட்டுக்கு அனுப்பிவிடு.

ஆதிமந்தி : உம்... என்ன? - அவர் இங்கேயா ...

தோழி : ஊஹும். எங்களுக்குத் தெரியுமா? நலம் செய்தாய். கதவைச் சாத்தினோம் நானும் தாத்தாவும்.

ஆதிமந்தி நாணித் தன் இரு கைகளாலும் முகத்தை மூடிக்கொண்டு குனிந்து கொள்ளுகிறாள்.

இரும்பிடர் : இவ்வறை முழுவதும் இருள் சூழ்ந்து கொண்டதம்மா, ஏன் உன் முகவிளக்கை முன்கையால் மூடிக் கொள்ளுகின்றாய்? நீ நாண வேண்டியதில்லை. நல்லது செய்தாய்.

தோழி : கெண்டை விழியை உன் நண்டுக் கையால் நலிவு செய்யாதே! இப்படிப் பார்!

கையை விலக்க முயல்கிறாள் தோழி, முகத்தை மூடிய கையை ஆதிமந்தி விலக்கவுமில்லை.

தோழி : தாத்தா! ஆக வேண்டியதை நீங்கள் பார்க்க வேண்டியதுதான்,

இரும்பிடர் : நான் போகிறேன்.

எழுந்திருக்கிறார். ஆதிமந்தி ஓடி இரும்பிடர்த் தலையாரின் கால்களைத் தன் இரு கைகளாலும் பற்றி அழுகிறாள்.

ஆதிமந்தி : (முகம் நிமிர்த்தி) தாத்தா! என்னைக் காப்பாற்றுங்கள். அவருக்கு எந்தத் தீமையும் நேரா வகை செய்யுங்கள்.

இரும்பிடர் : அவர் தம் ஊருக்குப் போயிருக்கட்டும். உன் பெற்றோரை வழிப்படுத்தியபின் அழைக்கலாம்.

ஆதிமந்தி : நானும் அவருடன் போகிறேன்!

இரும்பிடர் : வேண்டாம்.

ஆதிமந்தி : அவரைப் பிரிந்திருக்க முடியாது தாத்தா.

இரும்பிடர் : இருபுறமும் இடி! - குழந்தாய், சேரரை உன்னுடன் - அறையிலேயே வைத்திரு. வெளிக்குக் காட்டாதே!

தோழி : நான் அவரை அழைத்து வந்துவிடுகிறேன். உன் அறைக்கு.

ஆதிமந்தி : நல்லது தாத்தா! உங்களுக்குத் தெரியுமா? அவருக்கு ஒன்று நேர்ந்தால் என்னுயிர் நில்லாது.

இரும்பிடர் : தெரியும் அம்மா! தெரியும் அம்மா! அஞ்சாதே! இரு போய்வருகிறேன்.

(போதல்)

காட்சி - 21

சோழன் தன் மனைவியுடன் பேசியிருக்கிறான். பணியாளன் தந்த ஓலையைத் தோழி ஒருத்தி பெற்றுச் சோழன் அறையிற் சேர்க்கிறாள். சோழன் படிக்கிறான்.

சோழன் : *துணைவியே, மாமா அவர்கள் எழுதியிருக்கிறார்கள். தனியே வருகிறார்களாம். தனியான செய்தி பற்றிப் பேச வேண்டுமாம்.*

மன்னி : *எதைப் பற்றிப் பேசுவதாக இருக்கும்? ஆதிமந்தியின் திருமணம் பற்றியதாக இருக்கும் அத்தான்.*

சோழன் : *இருக்கட்டும். எதிர்கொண்டழைக்க விரைவுபடு! நான் தெருவினின்று எதிர்கொள்ளுகிறேன். நீ அரண்மனை யின் மகளிர் இல்லத்தின் வெளியினின்று பணிந்து வரவேற்க வேண்டும்.*

இரும்பிடர்த் தலையார் வரவேற்கப்படுகிறார். நலம் வினாவியபின் சோழன். சோழ மன்னி, இரும்பிடர்த் தலையார் மூவரும் பேசுகிறார்கள்.

இரும்பிடர் : *நான் இங்கு ஒரு குறிப்பிடத்தக்க செய்தி பற்றிப் பேச வந்தேன். அதற்காகத்தான் வருவதற்கு முன் ஓலை எழுதி யனுப்பினேன்.*

சோழன் : *மாமா! நீங்கள் சொல்ல இருப்பது என்ன என்பதை அறிய எனக்கும் இவளுக்கும் (மன்னிக்கும்) ஏற்பட்டிருக்கும் ஆவல் சிறிதன்று.*

இரும்பிடர் : *நான் சொல்லப் போவது உனக்கு இனிக்காது. உன் துணைவிக்கும் கசக்கும்.*

மன்னி : *அப்படியா தாத்தா! அதென்ன?*

இரும்பிடர் : *நம் ஆதிமந்தியைச் சேரன் ஆட்டனத்திக்குத் திருமணம் செய்து வைப்போம்.*

சோழன் : *என்னைப் பழிவாங்க அவன் படைசேர்க்கிறானே!*

இரும்பிடர் : *அதற்காகத்தான் திருமணத்தை முடித்துவிட வேண்டும்.*

சோழன் : *பணிந்து போவதா!*

இரும்பிடர் : *பணிவாகாது இது.*

மன்னி : *என் வழியில் ஆதிமந்தி வாழ்க்கைப்பட வேண்டும் தாத்தா!*

இரும்பிடர் : *ஆதிமந்தி வாழ்க்கைப் படுவதற்கு முன் அவளிடம் நீ இதைச் சொல்லியிருக்க வேண்டும்.*

மன்னி : *ஆதிமந்தி வாழ்கைப்பட்டு விட்டாளா சேரனுக்கு?*

இரும்பிடர் : *அப்படித்தான் பொருள்!*

சோழன் : *காவிரி ஆற்றைப் போல் பெரு வியப்பு! மாமா...*

இரும்பிடர் : *நிறுத்து! கேட்டதற்கு விடை கூறு. என் கருத்துக்கு, நீங்கள் இருவரும் இதே நொடியில் ஒப்புதல் தரவேண்டும்.*

உன் தலைமுறைக்கு ஒருத்தி ஆதிமந்தி, அவள் உயிர் வாழ்வதா - ஒழிந்து விடுவதா என்பது பற்றிய முடிவைத் தான் இப்போது கேட்கிறேன்.

சோழன் : *மாமா, மாமா! என்ன விளைவு! உங்கள் கருத்துப் போல் ஆகட்டும். இவளையும் கேளுங்கள்.*

இரும்பிடர் : *குழந்தாய், மயிரிழையும் அசைவு கூடாது. நிலையான உறுதி கூறிவிடு, மீண்டும் கேட்கிறேன். இதே நொடியில் கூறிவிடு.*

மன்னி : *ஒத்துக் கொண்டேன்; ஒத்துக் கொண்டேன் தாத்தா.*

இரும்பிடர் : *நீங்கள் இருவரும் ஒத்துக் கொள்வதாகக் கூறுகிறீர்கள். நீங்கள் பகைவன் என்று நினைக்கும் அந்தச் சேரனை, முதல் முறையாக இந்நாட்டில் காண நேர்கையில், உங்கள் உள்ளத் தின் அமைதி கெடக்கூடும். அவனுக்கு நீங்கள் இன்னல் தேட முனையவும் கூடும். உங்கள் ஒரு மகள், சோழன் தலை முறையாகிய வாழையின் கீழ்க்கன்று ஆதிமந்திக்கும், அவள் உயிரென எண்ணும் சேரன் ஆட்டனத்திக்கும், எப்போதும் எங்கும், நேரிலும் பிறரைக் கொண்டு தீங்கு செய்வதில்லை என்றும், அவர்களின் உரிமையைப் பறிப்பதில்லை என்றும், உறுதி கூற வேண்டும்.*

சோழன் : *மாமா! மாமா! உங்கள் பேச்சுக்கு - உங்கள் கருத்துக்கு மாறாக நடப்பதுண்டோ? நானும், இன்று வரை நான் வாழ்ந்த வாழ்வும் - தங்களால்! மறந்து விட்டேனோ?*

உறுதி கூறுகிறேன் - அன்புள்ள துணைவியே என்னுடன் எழுந்து நில் -

எப்போதும் எவரைக் கொண்டும் - நாங்கள் நேராகவும், சேரன் ஆட்டனத்திக்கும், எங்கள் பெண் ஆதி மந்திக்கும் இன்னல் சூழோம். அவர்களின் உரிமையைப் பறிக்க மனத்தாலும் எண்ண மாட்டோம். உறுதி, உறுதி,

மன்னி : *அவ்வாறே!*

இரும்பிடர் : அமைதி பெற்றது என் உள்ளம்.

சோழன் : மகிழ்ச்சி மாமா! நம் பெண்ணும் அவனும் உடலும் உயிரும் ஆன பிறகாவது சேரன், சோழ நாட்டிற்பகை கொள்ளா திருப்பான் என்று எண்ணுகிறேன்.

இரும்பிடர் : அதற்காகத்தான் திருமணம்.

மன்னி : மாப்பிள்ளையைப் பார்ப்பது எப்போது?

இரும்பிடர் : நாம் மாப்பிள்ளையைப் பார்ப்பது, மாப்பிள்ளை வீட்டார் பெண்ணைப் பார்ப்பது, திருமணம் நடைபெறும் இடத்தை உறுதிசெய்வது முதலிய அனைத்தும், மிக விரைவில் நடைபெறும். தேரைக் கொண்டு வந்து வாயிலில் நிறுத்துக. நாம் மூவரும் என் வீடு நோக்கிச் செல்ல வேண்டும்.

சோழன் : *அப்படியா! ஏன் மாமா?*

இரும்பிடர் : பிறகு சொல்கிறேன். மூவரும் தேரேறிச் செல்லு கிறார்கள்.

காட்சி - 22

ஆதிமந்தியின் தனியறை அழகு செய்யப்படுகிறது. அறையின் நடுவிடத்தில், சேரனுக்குரிய விற்கொடியும், சோழனுக்குரிய புலிக் கொடியும், பாண்டியனுக்குரிய கயற் கொடியும் நிறுவப்படுகின்றன. முறையே விற்கொடிக்குப் பனை மாலையும், புலிக் கொடிக்கு ஆத்தி மாலையும், கயற் கொடிக்கு வேப்ப மாலையும், அணிவிக்கின்றார்கள். சேரனின் கொல்லி மலையும், சோழனின் நேரிமலையும், பாண்டியனின் பொதிகை மலையும் அழகுற முக்கொடிகளின் கீழும் வரைகின்றார்கள்.

ஆட்டனத்தி : ஆதிமந்தி, எங்கே நீ புனைந்த முக்கொடி வாழ்த்து? மெல்லப்பாடு.

ஆதிமந்தி பாடுகிறாள். ஆட்டனத்தி ஆடுகிறான்.

வில்லும்புலியும் கயலும் - நனி
வெல்க! வெல்க! வெல்க!
கொல்லி நேரிபொதிகை - புகழ்
கொள்க! கொள்க! கொள்க!
வல்லார் சேரர்சோழர் - பாண்டி
மன்னர்வாழ்க! வாழ்க!
செல்லும்பொருனை காவிரி - வைகை
திருவே நல்க! நல்க!
முடியுடைவேந்தர்மூவர் - தம்

மொய்ம்பனைத்தும் சேர்க

படியினைமுழுதும்ஆள்க! - கொடும்

பகைமைமுழுதும்வீழ்க!

நெடிதறம்வெல்க! வெல்க! - நனி

நீணில மக்கள்வாழ்க!

அடிமையும்மிடிமையும்மறைக! - நல்

அன்பும் வாய்மையும் வெல்க!

இப்பாட்டின் கடைசியடியாகிய

அடிமையும் மிடிமையும் மறைக - நல்

அன்பும் வாய்மையும் வெல்க!

என்று கூறி, ஆதிமந்தியும் ஆட்டனத்தியும் இணைந்து நின்று தம் வலக்கை தூக்கி கண்ணில் மகிழ்ச்சிப்புனல் ஒழுக, அசைவற்று நிற்கிறார்கள்.

இவைகளை வெளிப்புறம் இருந்து காது கொடுத்திருந்த இரும் பிடர்த் தலையார், சோழன், சோழமன்னி மூவரும் மகிழ்ச்சியால் மயிர்க்கூச்செறிய இரும்பிடர்த்தலையார் அறைக்கதவைத் திறக்கிறார்.

இரும்பிடர்த்தலையாரும், மன்னனும், மன்னியும் கை தூக்கி வாழ்க மணமக்கள் என்று வாழ்த்துகிறார்கள். அவர்களின் உயர்த்திய கையின் கீழ்ச் சேரன் ஆட்டனத்தியும், ஆதிமந்தியும் தலை தாழ்த்தி வணங்கி முகம் நிமிர்த்துகிறார்கள்.

சோழ மன்னி : *(ஆதிமந்தியைத் தழுவிக் கொண்டவளாய் அவள் கூந்தலை நீவியபடி உச்சியில் முத்தமிட்டு) நீ நன்னிலை பெற்றாய். உன் மணவாளனோடு இன்று போல்*

என்றும் மகிழ்ச்சி பொங்க, நன்மக்கள் பெற்று நீடூழி வாழவேண்டும்.

இரும்பிடர் : (ஆட்டனத்தியைத் தழுவிக் கொண்டு) சேர மன்னனே, உன் துணைவி ஆதிமந்தியுடன் நன்று வாழ்க. உங்கள் திருமணம் நீடுழி வாழ்க.

சோழ மன்னன் : வாழ்க ஆட்டனத்தி! வாழ்க ஆதிமந்தி! மூன்று நாடும் ஒன்றுபட்டுப் பகைவென்று உலகைக் காக்க!

அனைவரும் அறைதாண்டி அப்புறம் நடக்கிறார்கள்.

ஆதிமந்தி : கண்ணாலும் முகத்தாலும் பார்த்தீர்களா! அஞ்சினீர்களே என்று கூறி, ஆட்டனத்தியின் கைப்பிடித்து நடக்கிறாள்.

ஆட்டனத்தி : அப்பா அம்மா தாத்தா அனைவரை யும் ஆதிமந்திக்குச் சுட்டிக்காட்டி, காதற் செயல் செய்யாதே என்று மறுத்து நாணுதலோடு நடக்கிறான்.

சோழன் : சேரரின் அன்னையார் இத் திருமணத்தை ஆதரிப் பார்களா? அல்லது பகைவன் மகளை விரும்பியது பிழை என்று வருந்துவார்களா?

ஆட்டனத்தி : அவ்வளவு குள்ள நினைப்புடையவராயிருப்பார் என்று நான் எண்ணவில்லை மாமா.

இரும்பிடர் : சோழ மன்னன் சோழ மன்னி ஒப்புக் கொண்டபின், சேர மன்னி ஒப்பத் தடையிராது என்றுதான் நான் நினைக்கிறேன்.

ஆதிமந்தி : நானும் என் துணைவரும் ஒன்றுபட்டபின் பிறர் ஒப்பாமை எம்மை என்ன செய்ய முடியும் அப்பா?

இரும்பிடர் : நன்றி கூறினை குழந்தாய், சில நாட்கள் இங்கு வாழ்க்கை நடத்தியிருங்கள். உன் மாமிக்கும் நாட்டாருக்கும் செய்தியனுப்புங்கள். பிறகு ஒரு நாள் அங்குச் சென்று, நல்லாரின் வாழ்த்துப் பெற்று, நன்றே வாழ்ந்திருங்கள்.

காட்சி - 23

பூங்காவில் தோழிமார் பொன்னூசல் கட்டிப் பூவால் பூங் கொடியால் அழகு செய்து, ஆட்டனத்தி, ஆதிமந்தி இருவர் வரவு பார்க்கிறார்கள். ஆதிமந்தியும் ஆட்டனத்தியும் பூங்காவின் உள் நுழைகிறார்கள்.

ஆதிமந்தி : *ஊசல்! ஊசல்!*

(ஓடுகிறாள்)

ஆட்டனத்தி : *(துன்புற்று நின்றபடி) என்னைத் தனியே விட்டுச் சென்றாய்!*

அவள் திரும்பிப் பார்த்து, ஆட்டனத்தியை நோக்கி ஓடி வருகிறாள்.

ஆதிமந்தி : *நீங்களும் என்னுடன் விரைவாக வந்து கொண்டுதான் இருக்கிறீர்கள் என்று எண்ணினேன் அத்தான். தங்களைப் பிரிந்து செல்ல வேண்டும் என்று நான் நினைக்கவில்லை. மன்னிக்க வேண்டும் அத்தான்.*

ஆட்டனத்தி : *என்னைவிட உன் உள்ளத்தைக் கவர்ந்தது எது? அதை நாடிச் செல்ல வேண்டும் நீ.*

ஆதிமந்தி : *உங்களைவிட எனக்குக் கவர்ச்சியுள்ள பொருள் நீங்கள் தாம் அத்தான். பிரிந்தால் மும்முறை அழைத்து உயிர்விடும் அன்றில்! பிரிந்தால் உடனே உயிர் விடுவாள்*

இவ்வாதிமந்தி! நான் ஏன் வாழ்கின்றேன்? நீங்கள் வாழ்கின்றீர்; ஆதலால் வாழ்கின்றேன். உங்கள் தோளில் எனக்கு இடங்கொடுங்கள் அத்தான்.

ஆட்டனத்தி : (தன்னிரு கைகளையும் ஏந்துகிறான்) வா தோளில் (தன் தலை சாய்த்தபடி அவள் நடக்க, ஆட்டனத்தி நடக்கிறான்.)

ஆட்டனத்தியும் ஆதிமந்தியும் ஊசலில் அமர்ந்து கொள்ளத் தோழிகள் அசைக்கிறார்கள்.

ஆதிமந்தி : ஊசல் முன்னோக்கிச் செல்லுகிறது. மீளுகிறது. இது எதைக் குறிப்பிடுகிறது அத்தான்?

ஆட்டனத்தி : அதுவா? ஆடவர் உள்ளம் ஒன்றில் செல்லுகிறது; பழையபடி தன் காதலியிடம் மீளுகிறது.

ஆதிமந்தி : சேர நாடு சென்றது தேர். உடனே திரும்பி வந்துவிடும். அதையல்லவா நினைப்பூட்டுகிறது இந்த ஊசல்.

ஆட்டனத்தி : உனக்கு உன் மாமியைப் பார்ப்பதிலேயே நினைவு. அதனால் ஊசலிலும் தேரையே காணுகிறாய், நீ ஐயுறாதே. தேர் செல்லும். தூதுவர் ஓலை தருவார்கள். சேர நாட்டின் பெரியாரும், அமைச்சரும், புலவரும், என் அன்னையும் புறப்பட்டு விடுவார்கள்.

ஆதிமந்தி : அஞ்ச வேண்டியதில்லை என் நெஞ்சு. ஆயினும் அஞ்சுகிறது.

ஆட்டனத்தி : எது பற்றி?

ஆதிமந்தி : உங்கள் அன்னை, இவள் பகைவன் மகள். ஆகையால் இவளை விடு. வேறு ஒருத்தியை மணந்து கொள் என்று சொல்லவும் கூடுமே!

ஆட்டனத்தி : அவள் பகைவன் மகள். அவளை விடு. உன் உயிரை விடு என்றா, பெற்ற அன்னையார் கூறுவார்கள்? உனக்கென்ன வெறியா? என் கண்ணே! என்னிடம் கொஞ்சிக் கிடப்பதை விட்டு, அஞ்சிக் கிடக்கின்றாயே!

ஆதிமந்தி : அச்சம் தொலைந்தது. ஆடுவோம் பொன்னூசல்.

தோழிமார் ஊசல் ஆட்டிக்கொண்டு பாடுகின்றார்கள்.

பாட்டு

சூழல் சரிந்தது பூப்பறந்தது,
கோதை கண்டீரோ? - தோழியீர்!
அழகு மன்னவன் போர்வை தென்றலில்
அலைதல் கண்டீரோ?
தழுவும் இருவர் விழியைக் காதல்
தழுவல் கண்டீரோ?- தோழியீர்!
கழலும் சிலம்பும் மின்னி முழங்க
ஆடும் பொன்னூசல்!

காட்சி - 24

ஆதிமந்தியும் ஆட்டனத்தியும், அரண்மனையின் ஒருபால் தாழ்வாரத்தில் பூப்பந்தாடியிருக்கிறார்கள்.

ஆட்டனத்தி : நீ அனுப்பும் பந்து என் கைவரைக்குங்கூட வர வில்லை. இடையில் வீழ்ந்துவிடுகிறது.

ஆதிமந்தி : விசையாய் எறிந்தால் தங்கள் மேல் மோதி இன்னல் விளைக்குமென்று என் கை அஞ்சுகிறது.

இடையில் தோழிமார் ஐவர் அங்கு ஓடி வருகிறார்கள். கார் குழல் என்னும் தோழி, கையை மேல் தூக்கிய படி கழறுகிறாள் -

கார்குழல் : அரசே! உங்கள் அன்னையார் வந்துள்ளார்! சேரநாட்டுப் பெரியார், அமைச்சர், புலவர் வந்துள்ளார்கள். தேர்கள் அரண்மனை வாயிலில் நிறைந்து நிற்கின்றன. உங்கள் அன்னையார் கண்கள் எவரையோ ஆவலோடு காண விழைகின்றன. சோழ மன்னரும் சோழ மன்னியும் எதிர் கொண்டழைக்கிறார்கள். அன்னையார் ஒரு சொல் சொன்னார். என் மருமகள் எங்கே?

இங்கு நீவிர் பந்தாடியிருத்தல் சரியன்று. ஓடிவர வேண்டும். ஆதிமந்தி உன் முகத்தை மாமிக்குக் காட்டு. ஓடிவா. அதோ கேள்; அவர்களின் மகிழ்ச்சிக்குரல்! இனிய முழக்கம்!

விடுங்கள் உங்கள் ஆடலை! விரைவில் வருக!

ஆதிமந்தியும், ஆட்டனத்தியும் ஓடுகின்றார்கள், இரு கை கொட்டியும் கலகலவென்று சிரித்தும்!

சேரநாட்டறிஞர், புலவர், அமைச்சர் சோழனால் வரவேற்கப்படுகிறார்கள்.

வாழ்த்து மொழிகள் மாற்றி வழங்குகிறார்கள்.

சோழமன்னி, ஆட்டனத்தியின் அன்னையைக் கும்பிட்டு வரவேற் கிறார்கள். இரும்பிடர்த் தலையார் அவரவர்க்கு இருக்கை காட்டி இருக்க வேண்டுகிறார்.

ஆட்டனத்தியின் அன்னையார் காலடியில், ஆதிமந்தியும் ஆட்டனத்தியும் பணிந்து நிற்கிறார்கள்.

அன்னையார் தன் மருமகளை அள்ளி மார்போடு அணைத்துக் கொள்கிறாள்.

அன்னை : என் மகனை மணந்தாய்; உலகின் அமைதியை நிலை நாட்டினாய். எனக்கு மருமகளானாய்; உலக ஒற்றுமை யின் திருமகளானாய், என் செல்வமே! என் உவப்பே! என் அன்பே! நீ வாழ்வாயாக! நின் துணைவன் நீடுவாழ்க! இன்று போல் நீயும் உன் துணைவனும் என்றும் இன்புற்று நன்மக்கள் பெற்றுப் புகழ் பெற்று மூவேந்தும் மூன்று நாடும் ஒன்றேயாக, ஈன்ற தாயின் மக்களே இந்நில மக்களாக, உலகுக் குழைத்து உயர் வாழ்வு பெறுக.

காட்சி - 25

சோழ நாட்டின் நகர், சிற்றூர் எங்கும் யானை மேல் வள்ளுவன் முரசறைந்து, அரசரின் வேண்டுகோளை விளக்கி வருகின்றான்.

நம் சோழமன்னர் மகள் ஆதிமந்தி - சேரன் ஆட்டனத்தி திருமணத்தினை வாழ்த்துவதற்கு நாட்டினர் சுற்றஞ்சூழ வருக. இது சோழமன்னரின் அன்பு வேண்டுகோள்

மறுநாள் -

அரண்மனைப் பெருமன்றின் நடுவில் ஆதிமந்தியும் ஆட்டனத்தியும் பொன்னாடை மணியிழை பூண்டு வீற்றிருக் கிறார்கள். மன்றில், சோழன் அமைச்சர் அறிஞர் புலவர் அமர்ந்திருக்கிறார்கள். பெருமக்கள் நிறைந்து காட்சியளிக்கிறார்கள்.

சோழமன்னன் : *(எழுந்து வணங்கி)* அறிஞர்களே! என் மகள் சேரன் ஆட்டனத்தியைக் காதலித்தாள். ஆட்டனத்தி என் மகளைக் காதலித்தான். அதன் பயனாக ஏற்பட்ட அவர்களின் திருமணத்தை வாழ்த்தியருள வேண்டிக் கொள்ளுகிறேன்.

அனைவரும் மணமக்கள் வாழ்க என்று அன்பு முழக்கம் செய்கிறார்கள்.

அறிஞரும், புலவரும் தனித்தனியே எழுந்து மணமக்களை வாழ்த்து கிறார்கள்.

அனைவர்க்கும் அடைக்காய் வழங்குகிறார்கள். இசை முழங்குகிறது. மணமுரசம் ஆர்க்கின்றது.

காட்சி - 26

காவிரியாற்றில் அன்னப் படகு மிதக்கின்றது. நான்கு பேர் கறுப்புச் சட்டை பூண்டவராய்ப் படகின் துடுப்பு வலிக்கிறார்கள். படகில் இட்ட விசிப்பலகையில் ஆட்டனத்தியும் ஆதிமந்தியும் உடல்சேர அமர்ந்திருக்கிறார்கள்.

ஆட்டனத்தி : இருகரையில் உள்ள மரங்கள் கொடிகள் செடிகள் தம் மலர்க் கொத்துக்களை அசைத்து நம்மை வழியனுப்பு கின்றன. சிறு பறவைகள் இனிய குரலால் வாழ்த்துகின்றன. உடலுக்கு இன்பம் செய்கின்றது தென்றல். ஆற்றின் நறும் புனல் நம் படகை மெல்லெனச் சுமந்து நடக்கிறது. மணத்தை அள்ளித் தூவும் மாலைப்போது, நாம் அடையும் இன்பத்தைச் சிறப்புறச் செய்கிறது. நீ என்னைத் தழுவியபடி அருகில் இருக்கிறாய். இப்போது, என்மானே, எனக்கில்லாதது ஒன்றுமில்லை.

ஆதிமந்தி : நாம் எங்கே போகிறோம்?

ஆட்டனத்தி : படகு கிழக்கு நோக்கிச் செல்லுகிறது. அதோ ஆனத்தூர் என்னும் சிற்றூரின் துறை. நாம் இறங்குவோம். அரண் மனையில் நம்மைத் தேடுவார்கள் நம் பெற்றோர். மாலை தன் வலியிழந்து இராவுடன் கலக்கிறது துறையில் நிறுத்தடா படகை.

படகு நிற்கிறது. துறையில் படகுவிட்டு இறங்கும் இடம் சேறு மிகுந்திருக்கிறது ஆதிமந்தியைப் படகின் நடுவிலே விட்டு, ஆட்டனத்தி இறங்குகிறான்.

ஆட்டனத்தியின் குரல் கேட்கிறது ஆதிமந்தியின் காதில் – கறுப்புடையுடலின் மேல் கால் வைத்துக் கரையேறு.

ஆட்டனத்தி படகு செலுத்தவோனின் கறுப்புடையை வாங்கிப் போர்த்துப் படகின் அடிப்புறத்தில் குனிந்து கொடுக்கிறான். ஆதிமந்தி அவன் முதுகில் அடி யூன்றிக் கரையேறுகிறாள்.

ஆதிமந்தி : *(கரையில் நின்று தன் துணைவனைக் காணாது திகைக்கிறாள்) அத்தான்!*

பதில் இல்லை, ஆயினும், கரையில் நிற்கும் ஒருபல்லக்கினின்று ஒரு குரல் கேட்கிறது. இங்கு வாடி.

ஆதிமந்தி, தன் தாயும் மாமியும் பல்லக்கில் இருந்தபடி கூவியழைப்பதை உணர்ந்து, அங்கு ஓடுகிறாள். கறுப்புடையுடன் குனிந்து கொண்டிருந்த ஆட்டனத்தி, கறுப்புடையை உடையவனிடம் கொடுத்து அவளைத் தொடர்ந்து செல்லுகிறான்.

சோழ மன்னி : சேற்றுத் துறையை எப்படிக் கடந்து கரையேறினாய் ஆதிமந்தி?

ஆதிமந்தி : என் தாய் தந்தையை விட என்மீது அன்புடையான் அந்தப் படகு செலுத்துவோன். அவன் முதுகில் காலூன்றிக் கரை சேர்ந்தேன்.

தாயும் மாமியும் சிரிக்கிறார்கள். அவர்கள் உண்மை கூற வாய் எடுக்கிறார்கள். பின்னால் வந்த ஆட்டனத்தி அவர்களை நோக்கிச் சொல்லாதீர்கள் என்று சைகை காட்டுகிறான். அனைவரும் அரண்மனை செல்லுகிறார்கள். வழியில் -

சோழமன்னி : *அப்படி நீ, ஒருடலின் மேல் கால் ஊன்றி இறங்குகையில், உன் அத்தான் எங்கிருந்தார் ஆதிமந்தி?*

ஆதிமந்தி : *அவர்கள் எங்கேயோ என்னை விட்டுப் போய் விட்டார்கள் அம்மா!*

சோழமன்னி : *அவர் முதுகின்மேல் தான் நீ கால் வைத்து இறங்கினாய்.*

ஆதிமந்தி உடல் நடுங்குகிறது. கண்ணீர் பெருகுகிறது.

ஆட்டனத்தி : *மாமி! நீங்கள் அதைச் சொல்லியிருக்கலாகாது உங்கள் மகளிடம். அவள் வருந்துவதைப் பாருங்கள்... ... ஆதிமந்தி வருந்தாதே! உன் கால் என் உடலில் பட்டால் என்னுடல் தேய்ந்துவிடாது. அதனால் எனக்குத் தொல்லை எதுவும் விளைந்துவிடவில்லை. இன்னும் வருந்துகிறாய். உன் கால் என்னுடலில் படுவதேயில்லையா?*

ஆதிமந்தி இதுகேட்டு நாணிக்கொள்கிறாள். பல்லக்குச் செல்கிறது.

காட்சி - 27

பற்பல தேர்கள் அரண்மனை வாயிலில் நிற்கின்றன. அரண்மனையின் உட்புறம் சோழனும், சேரமன்னியும் மற்றும் உறவினரும் துன்பமுகத்துடன் ஒருபால் நிற்கிறார்கள். ஆதிமந்தியும் ஆட்டனத்தியும், ஆட்டனத்தியின் தாய், அமைச்சர் புலவர் அறிஞர் அனைவரும் பயணம் சொல்லிக் கொள்ளுகிறார்கள்.

சோழன் : மருந்து போல் ஒரு பெண் எமக்கு! அவளுக் குரியது இந்த அரசு; அவளுக்குரியன இந்த அரசச் செல்வங்கள் அனைத்தும். ஆதலால் மருமகரே, உமக்கு உரியன இந்நாடு அனைத்தும்! எம் மகளும் நீரும் நன்றே உம் நாடு சென்று வருக. உடனே - அடிக்கடி இங்கு வந்து உங்களின் முகங்களை எமக்குக் காட்டிப்போக. எம் ஒரு மகளைப் பிரிந்து யாம் வாழோம். சில நாட்கள் சேர நாட்டில் நீவிர் தங்குக. இதோ ஒரு திங்களில் காவிரி நீர்ப்பெருக்கு விழா வருகின்றது. அவ்விழாப்போது நீங்கள் இங்கு வந்திருத்தல் வேண்டும். எம் கண்ணிலேயே இருப்பீர்கள் நீரும் என் பெண்ணும். வராது இருந்து விடாதீர்கள்.

இரும்பிடர் : சேரரே, மிகச் சில நாட்கள் அங்கு இருந்து விட்டு, உடனே இங்கு வந்துவிட வேண்டும்.

சேரன் அன்னை : வருந்தாதீர்கள். உடனே. உங்கள் பெண்ணையும் உங்கள் மருமகரையும் அனுப்பி வைக்கிறேன்.

காவிரி நீர்ப் பெருக்கு விழாவுக்கு நான் உள்ளிட்ட அனைவரும் இங்கு வருகிறோம்.

ஆதிமந்தி, ஆட்டனத்தி மற்றும் அமைச்சர், புலவர், அறிஞர் தேர்களில் ஏறிக் கொள்ளத் தேர்கள் செல்லுகின்றன. நாட்டு மக்களும் சோழன் முதலிய வர்களும் வாழ்த்துக்கூறி வழியனுப்புகிறார்கள்.

காட்சி - 28

சேர நாட்டில் ஆதிமந்தியும் ஆட்டனத்தியும் வாழ்க்கை நடத்தி வருகையில், ஒரு நாள் ஆதிமந்தி, அடுக்களையில், தன் தோழி ஒருத்தியுடனும் பணிப் பெண்களுடனும் சோறுகறி ஆக்கிக் கொண்டிருக்கிறாள்.

ஆதிமந்தி : தோழி! நீ சென்று, அரண்மனையின் முன்கட்டில் அத்தான் தனியாய் இருக்கிறார்களா? பிறரோடு பேசியிருக் கிறார்களா? பார்த்துவா.

தோழி சென்று திரும்பி வருகிறாள்.

தோழி : ஆதிமந்தி! தனியாகத்தான் இருக்கிறார்கள்.

ஆதிமந்தி : ஐயையோ! அவர் தனியாய் அங்கிருக்கையில், நான் உடனிருக்க வில்லையானால் வருந்துவார்களே; தோழி சென்று ஆறுதல் கூறிவா.

தோழி : என்னவென்று?

ஆதிமந்தி : உனக்குத் தெரியவில்லையா? சோறும் கறியும் கொதிப்பதும் வேகுவதுமா யிருக்கின்றன. அதைத்தான் அவரிடம் கூறும்படி சொல்கிறேன்.

தோழி செல்லுகிறாள். திரும்பி வருகிறாள்.

தோழி : ஆதிமந்தி! அவரிடம் சொன்னேன். அங்கே கொதிக்கிறது என்று. இங்கே மட்டும் என்ன குளிர்கிறதோ?

இங்கும்தான் என் நெஞ்சம் கொதிக்கிறது என்று சிடுசிடு என்று கூறினார்.

ஆதிமந்தி : *ஐயையோ! ஓடு ஓடு! இறக்கும் நேரம்; இதோ வந்து விட்டாள் ஆதிமந்தி என்று கூறிவிட்டுவா.*

தோழி ஓடுகிறாள். திரும்பி வருகிறாள்.

தோழி : *இறக்கும் நேரம் என்று அவரிடம் சொன்னதற்கு, இங்குமட்டும் நான் வாழும் நேரமா? நானும் இறக்கும் நேரந்தான் என்று எரிந்து வீழ்ந்தார்.*

ஆதிமந்தி : *ஐயையோ! தோழி, இங்கிரு. நானே போய் ஆறுதல் கூறிவிட்டு ஓடிவந்து விடுகிறேன்.*

ஆட்டனத்தி தன் அறையில் இருக்கிறான். ஆதிமந்தி அவன் எதிரில் போய் நிற்கிறாள்.

ஆதிமந்தி : *சமையல் வேலை பார்த்திருந்தேன், அத்தான்.*

ஆட்டனத்தி : *வேலைக்காரிகள் இல்லையா? பார்த்துக் கொள்ள மாட்டார்களா?*

ஆதிமந்தி : *அத்தானுக்கு என்ன பிடிக்கும், மாமிக்கு எந்தக்கறி பிடிக்கும் என்பது எனக்கல்லவா தெரியும்? உணவு ஆக்கும் பொறுப்பைப் பணிப்பெண்களிடம் ஒப்படைக்கலாமா?*

ஆட்டனத்தி : *உன் மாமி இல்லையா? அவர்கள் பார்த்துக் கொள்ள மாட்டார்களா?*

ஆதிமந்தி : *தள்ளாத பருவத்தில் அவர்களையா சமைக்க விடுவது? வந்தவள் வள்ளிக்கிழங்கு போல் இருந்துகொண்டு,*

அந்த அம்மையாரை அடுப்பில் வேகும்படி விட்டு விட்டாள் என்று என்னை அண்டை அயலார் தூற்ற மாட்டார்களா?

இதற்குள் ஆட்டனத்தியின் தாய் அங்கு வந்து விடுகிறாள்.

தாய் : *என்ன செய்தி?*

ஆட்டனத்தி : *ஒன்றுமில்லையம்மா! பசிக்கிறது. சமையல் ஆய் விட்டதா என்று கேட்கிறேன் ஆதிமந்தியை,*

ஆதிமந்தி : *ஆமாம் மாமி, அதுதான் கேட்டார்கள். சாப்பிட வாருங்கள் அனைவரும்.*

(அனைவரும் போகிறார்கள்.)

காட்சி - 29

மற்றொரு நாள் -

ஆதிமந்தி, எண்ணெய், சீயக்காய், நறுங்கலவை முதலியவை இட்ட தட்டத்தைக் கையிலேந்தி ஆட்டனத்தியை அணுகுகிறாள்.

ஆதிமந்தி : *அத்தான்! வாருங்கள், வாருங்கள் எண்ணெய் இட்டுக் கொள்ள!*

ஆட்டனத்தி : *என்ன இது ஆதிமந்தி! மின்னிடை நோக, விலாப்புறம் நோக. பொன்னின் சிலம்படி பொறுக்கெனக் கொப் பளிக்க, இவ்வாறு தட்டம் சுமந்து தலைக்கெண்ணெய் இடவும் வந்து விட்டாயே! இந்தத் தொல்லை உனக் கெதற்கு? பணிப்பெண் எவளும் இல்லையா?*

ஆதிமந்தி : *உங்கள் திருமேனி தீண்டி எண்ணெய் இட்டு, எழில் மார்பில் இரு கண்ணையிட்டுத் தூய்மை செய்யும் இன்பப் பணியை நான் பணிப்பெண்ணுக்கோ கொடுக்க உடன் படுவேன்?*

ஆட்டனத்தி : *இல்லை; இல்லை. இப்பணியால் உன் உடல் இன்னல் உறும்.*

ஆதிமந்தி : *சரி அத்தான்.*

போகிறாள். பணிப்பெண்ணொருத்தி ஆட்டனத்திக்கு எண்ணெய் இட்டுத் தண்ணீர் பெய்து முடித்ததும், பின்னே நின்று அவன் தலைமயிர்க்கு நறும்புகை ஊட்டுகிறாள்.

அதே நேரம் ஆட்டனத்தியின் தாய் அங்கு வருகிறாள்.

தாய் : அப்பா, ஏது புதுமையாயிருக்கிறது! ஆதிமந்தி எப்படி ஒத்துக்கொண்டாள்? அவளே உனக்கு எண்ணெய் இட வந்துவிடுவாளே?

ஆட்டனத்தி : அவள்தான் வந்தாள். உன் உடல் நலியும் வேண்டாம் என்றேன். அவள் முகத்தை உம் என்று வைத்துக்கொண்டு போனாள். சோழன் மகள் - செல்வமாய் வளர்ந்தவள், அவளுக்கு நாம் தொல்லை கொடுக்கலாமா அம்மா?

தாய் : ஆம் அப்பா, (அங்கு இருந்த பணிப்பெண்ணை நோக்கிக் கூறுகிறாள்) அடி பெண்ணே! ஆதிமந்தியை உணவு பரிமாறச் சொல். போ!

பணிப்பெண் வெளிச் செல்லுகிறாள். வழியில் நிற்கும் தாய் பணிப்பெண் முகத்தைப் பார்க்கிறாள். வியப்புறுகிறாள்.

தாய் : ஆட்டனத்தி! ஆட்டனத்தி! ஆதிமந்திதானடா இவள் பணிப்பெண் அல்லடா!

தாய் : ஆதிமந்தியை எட்டிப்பிடித்து எதிர்நிறுத்திக் கொண்டு, அவளைக் கட்டித்தழுவி முத்தம் கொடுக்கிறாள் உச்சந்தலையில்.

ஆட்டனத்தி : இதற்காகத்தான் முக்காடு இட்டுக்கொண்டு வந்தாயோ, ஆதிமந்தி?

தாய் : *ஆதிமந்தி! இந்தத் தொல்லையெல்லாம் உனக்கு ஏன்?*

ஆதிமந்தி : *மாமி, உங்கள் மணவாளரிடம் நீங்கள் எப்படி நடந்து கொள்வீர்கள்? எண்ணெய் இடவுமா பணிப்பெண்?*

தாய் : *நீ சொல்வது சரிதான் அம்மா!*

ஆதிமந்தி : *உணவுண்ண வருகிறீர்களா?*

(அனைவரும் போகிறார்கள்)

காட்சி - 30

சோழ நாடு புதுமையடைகிறது. நகர மக்களும் சிற்றூரின் மக்களும் மகிழ்ச்சியால் தூண்டப்படுகிறார்கள். தெருக்கள் தூய்மை செய்யப்படுகின்றன. வீடுகள் சிறப்புச் செய்யப்படுகின்றன.

பெண்கள் பொன்னாடை பூண்டு, தத்தம் கண்ணாளர்களை அழைத்துப் போகக் காத்திருக்கிறார்கள். வண்டிகள், யானை, தேர், குதிரை முதலிய ஊர்திகள் வீட்டின் எதிரில் காத்திருக்கின்றன.

அதிர்வேட்டு, விழா முரசு வானைப் பிளந்தன.

நகர மக்கள் பொங்கற் புதுப்பானை சமையற் பொருள்களுடன் மனைவியரையும் மக்களையும் தேரில் ஏற்றுகிறார்கள். சிலர் வண்டியில், சிலர் யானை மேல், சிலர் குதிரை மேல் ஏறிச் செல்லுகிறார்கள்.

அரண்மனையினின்று நால்வகைப் படை சூழத் தங்கத்தேரில் சோழன், சோழமன்னி, அரச வகுப்பினர், அமைச்சர், தலையாய அலுவலினர் கிளம்பிவிட்டார்கள். கூட்டிசை முழங்குகிறது. புலிக் கொடிகள் வானில் அழகு செய்கின்றன.

நாட்டின் மக்கட் பெருங்கடல் இடம்விட்டு நகர்வது போல் தோற்றமளிக்கிறது.

காவிரிக்கரையில் அடித்துள்ள கூடாரங்களை நோக்கிச் சென்ற மக்கள் அனைவரும், தத்தம் கூடாரங்களை அடையாளம் நோக்கிப் புகுவாராயினர்.

அரசர்க்கென அமைந்த மணிவீட்டில் சோழனும், சோழமன்னியும், தோழியரும் அமர்ந்தனர்.

மன்னி : மருகர் வரவில்லை. ஆதிமந்தி வரவில்லை.

மன்னன் : இந்நேரம் வருவார்கள்.

விழாத் தொடங்கும் முரசும், அதிர்வேட்டும் முழங்கின.

ஒருபுறம் குதிரையேற்றம். மற்றொரு பால் யானையேற்றம். இன்னொருபுறம் காலாட்களின் அணிவகுப்பு. ஆடவர் பெண்டிர் புதுப் புனல் ஆடுகின்றார்! அங்கொரு புறம் சேவற்போர்! காடைச் சண்டை ஒரு பால்! வாட்போர் ஒருபால்! விற்போர் ஒருபால்!

பாடுநர் ஒரு பாங்கு! ஆடுநர் ஒரு பாங்கு! கழைக்கூத்து மற்றொரு பாங்கு! தோற்பாவைக் கூத்து இன்னொரு புறம்!

அங்கங்கு மக்கள் கூடிக் காட்சியின் மகிழ்ச்சியில் ஆழ்கின்றார்கள்.

புதியதோர் அதிர்ச்சி! - பொறற்றேர் ஒன்று விழாவின் நடுவில் ஊடுருவுகின்றது. மக்கள் கை தட்டி ஆர்கின்றார்கள்.வாழ்க ஆதிமந்தியார்! வாழ்க ஆட்டனத்தியார். வாழ்க சேர மன்னியார் ! என்ற வாழ்த்தொலி வானைப் பிளக்கின்றது.

ஆட்டனத்தியை, அவன் தாயை, ஆதிமந்தியை, சோழனும், சோழமன்னியும் மட்டற்ற மகிழ்ச்சியுடன் வரவேற்கிறார்கள்.

சோழன், மன்னிமார், ஆட்டனத்தி, ஆதிமந்தி கால்நடையாக, அங்காங்கு நிகழ்த்தப் பெறும் காட்சிகளைக் காணுவாராயினார்.

காவிரியின் இருகரையும் அடைத்துப் பெருகிப் பாயும் புனல் கண்டு, வியப்பும் மகிழ்ச்சியும் அடைவாராயினார்.

பாடுவார் பாடல் கேட்ட ஆதிமந்தி, தன் மணவாளன் முகம் நோக்கினாள். ஆடுவார் ஆடுதல் கண்ட ஆட்டனத்தி, தன் காதலி முகம் நோக்கித் தனியே அழைத்தான். ஆட்டனத்தியின் கால் அப்போதே ஆடல் துவக்கம் செய்தன. அரசன் முதலானோர் பின் தொடரத் தம் தனி வீட்டெதிர் பாடல் துவக்கினாள் ஆதிமந்தி. ஆடத் தொடங்கினான் ஆட்டனத்தி. பின்னணி இசைக் கூட்டும் தொடங் கிற்று! மக்கள் அனைவரும் குழுமுகின்றார்கள்.

ஆதிமந்தி பாட்டு

எடுப்பு

எங்கும், எதிலும் மகிழ்ச்சி - உனக்கு நெஞ்சே!
எங்கும், எதிலும் மகிழ்ச்சி!

உடனெடுப்பு

பொங்கும் காவிரி புனலைச் சொரியும்
புலங்கள் அனைத்தும் செந்நெல் கொழிக்கும் (எ)
தெங்கும் கரும்பும் செழிக்கும் - உனக்கு நெஞ்சே
தேனை மலர்கள் கொழிக்கும்!
மங்காச் சுவைமுக் கனியும் - உனக்கு நெஞ்சே
வழங்கும் மரம் அத் தனையும்

தங்கச் சுரங்கம் உடையாய் மும்மைத்

தமிழை உயிராய்க் கொண்டாய் - உனக்கு நெஞ்சே (எ)

முத்தே உதிர்க்கும் நகையார் - உனக்கு நெஞ்சே

முதிரும் அன்புத் தாய்மார்!

கத்தி சுமந்த தமிழர் - உனக்கு நெஞ்சே

காவல் தந்தை மார்கள்!

எத்திப் பிழைக்க வருவோர் பகையை

இடரும் தோள்வலி யுடையாய் - உனக்கு நெஞ்சே (எ)

பாண்டிய சோழ சேரர் -உனக்கு நெஞ்சே

பச்சைத் தமிழர் மூவேந்தர்!

ஈண்டுல காள்வர் அன்றி - உலகில் வேறோர்

இனத்தார் ஆளுதல் இல்லை.

யாண்டும் உன்னினம்! உனதே ஆட்சி!

இன்பம் இன்பம் எங்கும் - உனக்கு நெஞ்சே (எ)

பாடலில் முடிவு காட்டுகிறாள் ஆதிமந்தி.

ஆடலுக்கு அறுதி வைக்கிறான் ஆட்டனத்தி.

சோழமன்னி : *(தன் மணவாளனாகிய சோழனை நோக்கி) அத்தான்! என் தாய்நாடாகிய பாண்டிய நாடும், உங்கள் நாடாகிய சோழ நாடும், தன் நாடாகிய சேர நாடும் உலகை ஆளட்டும் என்று கூறினார் உங்கள் மருகர் ஆட்டனத்தி! அவர் வாழ்க! ஆதிமந்தி வாழ்க!*

சோழன் : *இன்னும் ஆடமாட்டானா நம் மருமகன்; நம் மகள்தான் ஆடலை நிறுத்தினாள்.*

சோழமன்னி : அவளுக்கல்லவா உண்டு தன் மணவாளன் புனலாடிப் புதுப்பொங்கல் அருந்த வேண்டும் என்னும் அக்கறை!

பொதுமக்கள் அனைவரும், இட்ட பொங்கலை இலையில் படைத்து அழைக்கும் தம் மனைவிமாரின் எண்ணத்தை நிறைவு செய்யத் தொடங்குகிறார்கள்.

ஆதிமந்தி, இசை வல்லாரை ஒரு புறம் போகச் செய்து தன் காதலனின் காற்சதங்கையை அவிழ்த்து, மேலணிகளை அவிழ்த்து, அவனை அங்கிருக்கும் ஒரு மேடையில் அமரும் படி செய்கிறாள்.

ஆட்டனத்தி : இன்னும் ஆடவேண்டும் என்று எண்ணுகிறது என் உள்ளம்!

ஆதிமந்தி : ஆடலாம் அமுதுண்டபின்! பாடலாம் பசி தீர்ந்தபின்! அத்தான் ! பாலும் தெளிதேனும் பாகும் பருப்பும் இட்டுப் பொங்கிய, புதுப்புனல் விழாப் பொங்கல் நமக்காகக் காத்திருக்கிறதே! நீங்கள் நீராடி வாருங்கள்! ஆடவர் நீராடுதுறைக்கு விரைவிற் செல்லுங்கள். மகளிர் ஆடுதுறைக்கு நான் செல்லவா அத்தான்!

ஆட்டனத்தி : விரைவாகச் செல்லுவாய் ஆதிமந்தி. நமக்காகக் காத்திருப்பார்கள் உன் பெற்றோர் இல்லையா?

ஆதிமந்தி : ஆம் அத்தான்,

ஆட்டனத்தியும் ஆதிமந்தியும் நீராடச் செல்லுகிறார்கள்.

காட்சி - 31

மகளிர் நீராடும் துறையினின்று ஆதிமந்தி தோழி மாருடன் விடுதியை அடைகிறாள்.

சோழமன்னி : உன் மணவாளன் இன்னும் வரவில்லை ஆதிமந்தி!

ஆதிமந்தி : நீந்தி விளையாடும் சிறிதுநேரம். நீரினுள் மறைந்து விளையாடும் சிறிது நேரம். நீரோட்டத்தை எதிர்த்து நீந்தும் சிறிது நேரம்... ... அத்தான் நீராடப் போனால் குறைந்தது ஐந்து நாழிகை கழியும்.

காவிரி வாழ்க ! எனப் பொங்கி வழிந்த பாலொடு தேன் தந்து, பருப்பொடு ஏலமிட்டுக் கரும்பின் கட்டி உறவு செய்யத் துழாவியிறக்கி, முக்கனி சேர்த்து நெய் மிதக்கும் பொங்கலை இலையில் இடு. உன் அத்தான் வரும் நேரம் ஆகிறது. வழிந்தோடும் காவிரிப் புனலுக்கு முதலில் பொங்கல் ஒரு கை இட்டுவா! நன்னீரை வாழ்த்தி வா!

ஆதிமந்தி நெய்யொழுக இரு கை நிறையப் பொங்கல் அள்ளிக்கொண்டு காவிரி நோக்கிச் செல்லுகிறாள்.

'காவிரியிற் பெருவெள்ளம்!

'காவிரியிற் பெருவெள்ளம்!

இக் கூக்குரல் ஆதிமந்தியின் காதில் விழுகிறது. அவள் காவிரியில் பொங்கலை இட்டும் புருவம் நெற்றியேறப் பெரு வெள்ளத்தை நோக்குகிறாள்.

பெருமக்கள், பெருவெள்ளம்! பெருவெள்ளம்! என்று அலறுகிறார்கள். விடுதியிலிருந்த சோழன், சோழமன்னி முதலியவர்கள் காவிரிக் கரை நோக்கி ஓடிவருகிறார்கள்

ஆடவர் நீராடு துறையை அணுகி, அத்தான் அத்தான் என்று ஆதிமந்தி அலறுகிறாள். அங்கிருந்தவர்கள் ஆதிமந்தியை நோக்கி, ஐயோ அரசியே! அரசர் கரையேறவில்லை என்கிறார்கள். சிலர், ஆற்றோடு சென்றிருக்க வேண்டும் தாயே! என்ற இரக்கத்தோடு கூறுகிறார்கள். ஆதிமந்தி கரையோடு பதறி ஓடுகிறாள்! அத்தான்! அத்தான்! என்று கூவியபடியே.

சோழன், சோழமன்னி மற்றும் பெருமக்கள் கரையின் மேற்புறம் நின்று துடிக்கிறார்கள். கண்ணே! மருமகனே! என்று கதறுகிறாள் சோழமன்னி!

அப்பா ஆட்டனத்தி என்று அகம் துடிக்கிறான் சோழன்!

செய்வது இன்னதென்று தோன்றாமல் இவர்கள் இங்கே துன்பப்பெருக்கில் தள்ளாடி விழுந்து மூச்சற்றுக் கிடக்கையில், ஆதிமந்தியின் நிலை என்ன என்பதை எவரும் நினைக்கவில்லை.

ஆதிமந்தி : காவிரி அன்னாய்! கண்ணாளனைக் கொடு என்று கரை யோரம் சென்று கொண்டேயிருக்கிறாள். அவள் கண்கள் அலைபுரண்டோடும் காவிரி வெள்ளத்தையே நோக்கு கின்றன. எதிர்க்கரையில் அவர் ஒதுக்கப்பட்டாரோ என்று

நினைத்து, அத்தான்! என்று கூவுவாள். எதிர்க் கரையினின்று விடையொன்றும் வாராதொழியவே நிற்காது கரையோடு மேலும், அத்தான் என்று கூவி அழைத்தபடி செல்லுவாள்.

இடையில், ஆற்றங்கரையின் சிற்றூர் மக்கள் சிலர், ஆதிமந்தி அழுது கூவிச் செல்லுதலைக் கண்டு, வழி மறிக்கிறார்கள்.

ஆள் : அம்மா, நீ யார்? உனக்கு ஏற்பட்ட தீமை என்ன?

ஆதிமந்தி : ஐயன் மீர்! மணவாளர் சேரரைக் காவிரி கவர்ந்து செல்லுகின்றாள். காவிரிக்குத் தப்பி என் கணவர் இங்குக் கரையேறக் கண்டீரோ?

பெண் : ஐயோ இல்லையே! அம்மா நீ இவ்வாறு தனியே கரையோடு செல்லுவதில் பயனென்ன ... ... ?

ஆதிமந்தி : அவரைப் பிரிந்து வாழ்வதில்தான் என்ன பயன்?

ஆதிமந்தி அவர்களைவிட்டு நீங்கிக் கடிது செல்லுகிறாள்.

அத்தான்! - காவிரித் தாயே, கணவனைக் கொடுத்தருள்.

அவள் கரையோடு இன்னும் சென்று கொண்டிருக்கிறாள். கரையில் வழிமறித்து வளர்ந்த முட்செடிகள் பள்ளம் படுகுழிகளைக் கடந்து செல்லுகிறாள்.

மாலைப்போதும் மறைய, இருள் சூழ்ந்துகொள்ளுகிறது. அவள் கரையோடு கணவனைக் குரல் எடுத்துக் கூவியும், தருவாள் என் தமிழரசனை என்று காவிரியைக் கெஞ்சியும் நடந்து கொண்டிருக் கிறாள். அவள் கால்கள் முள்ளேறி முறிபடவே, புண்பட்டு வீங்கி மண்மீது ஊன்ற முடியாத நிலையில் மாய்வாள் போல் குப்புற வீழ்வாள். பிணி தீர்ந்தாள்

போல். எழுந்து, செங்குத்தாய் நின்று, திசை நோக்கிக் கதறி மீண்டும் செல்வாள்.

காட்சி - 32

கடற்கரை சார்ந்த பட்டினம் நிலவின் ஒளியால் திகழ்கின்றது. சங்கு வளையல்களும், முத்துத் தொங்கலும், பலகறையணியும் அணிந்த பட்டினத்து மங்கைமார் கும்மியடித்தும். முழுநிலா வாழ்த்தியும், ஓடியும் பாடியும் விளையாடுகிறார்கள். காவிரி, கடலில் கலக்கும் இடத்தில், கட்டு மரத்தை மிதக்கவிட்டும், அதன் ஓட்டத்தை அளந்தும் ஆடவர் மகளிர் கடல் நடுச் சென்று களிப்புறுகின்றனர். கடலில் எழுந்த முழு நிலவில், ஆங்கே கட்டுமரத்தில் விளரி யாழ் கூட்டிப் பாடி இருக்கும் நெய்தலி, தன் தோழியர் இடையே மற்றொரு முழுமதி என விளங்குகின்றாள்.

விரிந்த வானும் கடலின் பரப்பும் மெருகேறிய வெள்ளி எனக் காட்சிதர, நெய்தலியின் கட்டவிழ்ந்த கூந்தல் அகிலின் மென்புகை போலக் காற்றில் மிதந்தது. இடது தோள்மேல் கிடந்த வெண்துகிலின் முன்தானை ஒரு புறம் கடகடவென உதறிற்று. அவளின் கனியுதடு சாறு உதிர்த்ததோ எனும்படி அவள் பாடும் பாட்டு அடுத்திருந்த தோழிமார்க்கு இனிமை செய்தது. அப்பாடலைத் தொடர்ந்த விளரியாழின் இசையால் குளிர்ந்தது முழுநிலா!

நெய்தலின் இன்னுயிர்த் தோழியாகிய சின்னை, காவிரிப் புனல் கடலில் கலக்கும் இடத்தை உற்று நோக்குகிறாள். அவ்வாறு நோக்கும் தன் விழிகளை இன்னும் சிறிது கிழக்கில்

கொண்டு வருகிறாள். அவள் உள்ளம் பதறுகிறது. தன் அண்டையிலிருந்த சாப்பறையைத் தூக்கி முழக்குகிறாள். *(சாப்பறை - கடல் சார்ந்த ஊராகிய நெய்தல் நிலத்துக்கு உரிய பறை.)*

நெய்தலி, கையிலிருந்து யாழைக் கீழே வைத்து, என்ன என்ன? என்று திடுக்கிட்டு வினவுகிறாள்.

சின்னை : *அதோ தத்தளிக்கும் ஓர் உடல்!*

நெய்தலி : மேலும் சாப்பறை முழக்கு! கடலில் மிதக்கும் அந்தக் கட்டுமரங்களை அழை! முன்றானையை வீசு!

சாப்பறை முழங்குகிறது. மீன் பிடிக்கும் தொழிலாளர், தத்தம் கட்டுமரங்களை விரைவாகக் கொண்டு வரு கிறார்கள். மிதந்த உடல் மீட்கப்படுகிறது நெய்தலியின் கட்டு மரத்தில், மறவர் அணியும் கழலுடன் ஓர் உடல் உயிர் போகும் நிலையுடன் வளர்த்தப்படுகிறது.

நெய்தலி : மணிமுடியில்லை; ஆயினும் மன்னவன்! ஐயோ, உலகு நலம் பெற வேண்டும். உயிர் தாருங்கள் அவருக்கு. வையம் வளம்பெற வேண்டும் பிரியும் ஆவியைப் பிரியாது காப்பாற்றுங்கள். ஆணழகுக்கு ஓர் இலக்கியத்தைக் கை சோர விடலாகாது! ஐயன்மீர்! வேண்டுவன செய்யுங்கள்!

என்று பதறிக் கண்ணீருடன், துவண்டு கிடக்கும் ஆட்டனத்தியைத் தொட்டுத் தூக்கி, தன் மடியில் அவன் தலையைப் பொருத்திக் கொள்ளுகிறாள். பிறர் அவனுடலில் சூடுண்டாக்கும் முறைகளை மேற் கொள்ளுகிறார்கள். விரைவில் கட்டுமரம் கரை சேர்கிறது. சேரன் நெய்தலி யின்

இல்லில் சேர்க்கப் படுகிறான். அவன் விழி திறக்கிறான். நெய்தலி அளவற்ற மகிழ்ச்சியடைகிறாள். அவள் கைகள், ஆட்டனத்தியின் உடலில் சூடேறச் சுடு மணல் ஒத்திக் கொண்டிருக்க, அவள் விழிகள் அவன் முகத்தில் மொய்த்த படி இருக்கின்றன.

சின்னை : *(தொழிலாளர்களை நோக்கி) நெய்தலி அழைக்கா விட்டால் நீங்களா வந்து உதவி செய்து விடுவீர்கள்? இந்தப் பொன்னுடல் உயிர் பெற்றிருக்குமா?*

நீ அழைத்தாலும் வருவோம். ஆனால் உன் சொல்லை நாங்கள் நம்பவேண்டும்.

சின்னை : *எத்தனை முறை உங்களிடம் நான் பொய் சொல்லி யிருக்கிறேன், விரலை விடுங்கள்!*

தொழிலாளி : *சின்னையே! நான் அதற்குச் சொல்லவில்லை. பிழைப்புக்கான வகையில் நாங்கள் கடலில் கையும் வலைக் கயிறுமாக இருக்கிறோம். எங்களை நோக்கி வரும் அழைப்பு மட்டமாயிருந்தால் போதுமா?*

சின்னை : *நான் மட்டமோ?*

தொழிலாளி : *நெய்தலியை நோக்க நீ மட்டம்; அட்டியில்லை,*

சின்னை : *அப்படிச் சொன்னால் கேள்வியில்லை. அவள் அரசி, நான் தோழி!*

இந் நேரத்தில், ஆட்டனத்திக்குத் தன்னுணர்வு ஏற்படுகிறது. அவன் கையூன்றி எழுகிறான்; ஆயினும் அவன் நிற்க முடியாதென அறிந்து, குந்திய நிலையில் சின்னை தெரிவித்த அரசி யார் என்பதை அறிய எண்ணுகிறான். அவன் தன்

காற்புறத்தில் ஒத்தடம் கொடுத்தபடியிருக்கும் நெய்தலியின் முகத்தை நோக்குகிறான். நெய்தலி, தன் மேல் பூண்ட துகிலைத் திருத்தம் செய்துகொண்டு, மேலும் தன் பணியை மேற்கொள்ளுகிறாள்.

ஆட்டனத்தி : *அரசியே! அரசியே! உனக்கேன் தொல்லை? நன்றி!*

சின்னை : *அவள் பெயர் நெய்தலி! அவள் இல்லாவிடில் நீங்கள் காப்பாற்றப்பட்டிருக்க முடியாதையா!*

நெய்தலி ஒத்தடம் தருவதை நிறுத்தவில்லை.

ஆட்டனத்தி : *நெய்தலி! உனக்கேன் தொல்லை? வேறு ஆட்கள் இல்லையா? நிறுத்து!*

நெய்தலி : *(நிறுத்திக் கண்ணீருடன்)* நான் உங்கள் பொன்னுடலைத் தொடும் பேறு பெறக் கூடாதா? அதைத் தாங்கள் பிறருக்குத் தர ஒப்பவேண்டாம் என்று உங்களைக் கெஞ்சுகிறேன்.

ஆட்டனத்தி : அன்புள்ள நெய்தலி அரசி! என் உடம்பைப் பிறரும் தொடவேண்டாம். என் உடல் நலம் பெற்றுவிட்டது. நீயும் தொல்லையுற வேண்டாம்.

இதற்குள் சின்னை ஓடி நொய்க் கஞ்சி கொண்டு வருகிறாள்.

சின்னை : *இதைக் குடியுங்கள் ஐயா சூடாக!*

ஆட்டனத்தி : *நெய்தலி, அதை வாங்கு! உன் கையால் நீ என் வாயில் ஊற்று!*

நெய்தலி மகிழ்ச்சிப் பதைப்புடன் எழுந்து, நொய்க் கஞ்சிப் பல்லாயை வலக்கையில் பற்றி, ஆட்டனத்தியின் பின் தலையை இடக்கையால் அணைத்தபடி, கஞ்சி குடிப்பாட்டுகிறாள்.

தொழிலாளர் விடைபெற்றுப் போகிறார்கள். நெய்தலியின் தாய் தந்தையர் தம் மகளின் பிறர் நலம் பேணும் தன்மை நோக்கிக் களிப்புறுகிறார்கள்.

தாய் : *அம்மா அல்லலுற்று வந்த விருந்தினர்க்கு இனி உயிருக்கு இழுக்கில்லை. அவர் இறப்பினின்று முழுதும் தப்பினார்.*

தந்தை : *குழந்தாய், நள்ளிரவு! சற்று நேரம் அவர் தூங்கட்டும், நீயும் கண்ணுறக்கம் கொள்ளம்மா.*

நெய்தலி : *அப்பா! நீங்கள் தூங்கச் செல்லுங்கள். முதியோர் கண் விழிப்பது தீமை. நானும் இதோ இவரைத் தூங்க வைத்துப் பின் தூங்குவேன்.*

அவர்கள் போகிறார்கள். தோழி ஒருபுறம் குந்தித் தூங்கி விழுந்தபடி யிருக்கிறாள்.

ஆட்டனத்தி : *நெய்தலி, கஞ்சி போதும் எனக்கு. சற்றே என் அண்டையில் நீ உட்கார்ந்து என்னுடன் பேசியிரு!*

நெய்தலி : *நான் பெற்ற பேறு!*

(உட்கார்ந்திருக்கிறாள்.)

ஆட்டனத்தி : *என்னை ஏன் காப்பாற்றினை? என் நோக்கம், என் விழிப்பு இவற்றை எதிர்த்துப் புறங்காட்டச் செய்தது சாவு.*

அது என்னைத் தன் இடையில் சுமந்து போய், நிலையான இன்பத்தில் சேர்க்கப்பார்த்தது, நீ தடுத்து விட்டாயே!

நெய்தலி : ஆனால், அந்தச் சாவு, என் கண்ணுக்குப் படாமல் உங்களை இழுத்துச் செல்ல முடியவில்லை. உங்கள் நிலை என் கண்ணிற்பட்ட பின்னரும், உங்களை அச் சாவினின்று மீட்காமல் இருந்துவிட முடியுமா? நானும் மக்கள் இனத்தைச் சேர்ந்தவளாயிற்றே. அன்றியும், உங்களால் இந்த உலகத்துக்கு என்னென்ன நன்மைகள் ஏற்பட இருக்கின்றனவோ? உங்களைக் காப்பதில் எனக்கு உதவி செய்த உறவினரையும், இதோ உறங்கி விழும் தோழி சின்னையையும் நான் பாராட்டுகிறேன். அவர்கள் செய்த உதவியை நான் என்றைக்கும் மறவேன்.

ஆட்டனத்தி : என்னை நீ காப்பாற்றத் துடித்ததற்கு நீ கூறும் காரணங்கள் அளவுக்கு மேற்பட்டவை என்று தோன்றுகிறது.

நெய்தலி : ஏன்?

ஆட்டனத்தி : ஓருயிர்க்கு உதவி செய்பவர், அவ்வுயிரால் தமக்கு உதவி கிடைக்கும் என்று எண்ணுகிறார்கள். உதவி செய்வதற்குக் காரணம் இதுவன்றி வேறெதுவாய் இருக்க முடியும்? (சிரிப்பு)

நெய்தலி : என்ன அழகான திருமேனி! என்ன மடமையான உள்ளம்!

ஆட்டனத்தி : இல்லை, இல்லை. நான் வேண்டுமென்றே உன் உள்ளத்தை - அறிவுடைமையை - உன் விடுதலை மேம்பாட்டை அறிய அப்படிச் சொன்னேன். இரக்கம்

மாற்றுதவியை எதிர்பார்ப்பதில்லை. அறம் செய்வார் உதவியை எண்ணிச் செய்யவில்லை. அறஞ் செய்யும் உள்ளத்தில் ஏற்படும் இன்பத்தை மட்டும் அது எதிர்பார்ப்பதுதான்.

நெய்தலி : *உங்களிடம் நான் எதையும் எதிர்ப்பார்க்கவில்லை.*

ஆட்டனத்தி : *எப்போதுமா? இனியுமா?*

நெய்தலி : *(விழிக்கிறாள்) இல்லை. எப்போதுமில்லை. நீங்கள் கடலில் சாவக் கிடந்து புரள்கின்றீர்கள். அந்நிலையில் உங்களை நோக்குகின்றேன். காக்கத் தாவுகின்றேன். அப்போது உங்களிடம் எதையும் எதிர்பார்க்கவில்லை.*

ஆட்டனத்தி : *ஆனால் இப்போது?*

நெய்தலி : *நீங்கள் என்னிடம் எதிர்ப்பார்ப்பதென ஒன்றிருந்தால், அந்த அளவு தங்களிடம் நான் எதிர்பார்க்கிறேன்.*

ஆட்டனத்தி : *நீ தருக்குள்ளம் உள்ளவள்.*

நெய்தலி : *ஆம்! அதற்காக என்னை மன்னித்தருள வேண்டும். உங்கட்குத் தூக்கம் வருகிறதா?*

ஆட்டனத்தி : *உனக்குத் தூக்கம் வருமானால், என் எதிரிலேயே தூங்கு. இன்னும் உன் அழகை, உன் உடலில் அமைந்துள்ள தச்சுத் திறத்தை முழுவதும் பார்த்து முடிக்கவில்லை. சிரிக்காதிருக்கையிலும் சிரிக்கும் உன் உதட்டின் கடைக் கூட்டு என்னை விழிமூட விடுமா? விழி மூடினாலும், என் நெஞ்சில் படிந்த ஓர் இன்பத் தனி ஓவியம் என்னைத் தூங்கவிடுமா?*

நெய்தலி : அப்படியானால் நான் போய்விடுகிறேன்.

ஆட்டனத்தி : உயிர் பொறுக்காது நெய்தலி! கண் கவர்ந்த பொருள் நீ என்னுடைமை எனில், உன்னை நான் பொறுத்துப் பார்த்து இன்புற எண்ணலாம்.

நெய்தலி : என்னையும் என் உடைமை எவைகளையும் தங்கட்கு ஒப்படைத்துவிட்டேன்.

அவன் ஏந்திய இருகைகளில், நெய்தலி மகிழ்ச்சியால் தன்னிலையற்றுச் சாய்கிறாள்.

காட்சி - 33

திரையன், நெய்தலியின் தந்தையைக் காண வந்திருக்கிறான். நெய்தலியின் தந்தை திரையனைக் காணுகின்றார்.

திரையன் : *களத்தின் உப்பு முழுவதும் எனக்குத் தர வேண்டும். அதன் விலைக்கு நீவிர் வேண்டுவது என்ன?*

தந்தை : *திரையரே, என் உடைமையில் எனக்கு இப்போது உரிமை யில்லை. அதற்கு உடையவர் என் ஒரு பெண், நெய்தலி யும், அவளின் உயிர்க் காதலன் ஆட்டனத்தியும்! ஆதலின் நீவிர் அவரிடம் பேசிக் கொள்!*

திரையன் : *ஆட்டனத்தி! - என்ன புதுமை! சோழன் மருமகன் ஆற்றுப் பெருவெள்ளத்தால் இறந்து நாட்பல ஆயினவே! அவன் மனைவி ஆதிமந்தி அவனைத் தேடிச் சென்றவள் இன்னும் காணப்படாததால், சோழ நாடும் சேரநாடும் கண்ணீர் வடித்துக் கிடக்கின்றனவே! எந்த ஆட்டனத்தி?*

தந்தை : *நீர் சொல்லும் ஆட்டனத்தியாகத்தான் இருத்தல் வேண்டும். ஏன் எனில், ஆட்டனத்தி என் மகளால் கடலினின்று காப்பாற்றப்பட்டான். அவனைக் கடலில் கொணர்ந்தது காவிரிதான்.*

திரையன் : *நான் ஆட்டனத்தியைக் காண இயலுமா?*

தந்தை : *காண இயலும். ஆயினும், என் பெண்ணும், அவனும் பெரும் படகொன்று செப்பனிட்டுக் கடல் நடுவில் அதை*

நிறுத்தி, ஆங்கு ஆடல் பாடல் நிகழ்த்தி, இன்பம் நுகர்ந்த படி நாள் கழிக்கின்றார்கள்.

திரையன் : ஐயம் சிறிதும் இல்லை. அவன் அந்தச் சேரனே! (எதிரில் இருந்த சரக்குச் சிப்பத்தைச் சுட்டிக் காட்டி) ஐய! இதைத் தங்கள் காப்பில் வைத்துப் போகின்றேன். சிறிது நாட்களில் திரும்புகின்றேன்.

தந்தை : எங்கே செல்ல எண்ணம்?

திரையன் : சோழநாடு.

தந்தை : ஆட்டனத்தி இருப்பது தெரிவிக்கவோ?

திரையன் : வேறென்ன?

தந்தை : ஆட்டனத்தியின் கருத்துத் தெரிந்து கொள்ள வேண்டுமே!

திரையன் : மறுப்பதும் உண்டோ! தன்னை இழந்து கதறும் நாட்டு மக்கட்கும், உறவினர்க்கும், தான் இருப்பதைத் தெரிவிக்க மறுப்பது மக்கள் இயற்கை யாகுமோ?

தந்தை : ஆம்; ஆம் கடிது செல்லும்! ஆயினும், இதை நான் என் மகளுக்கும் என் மருகற்கும் சொல்லாமல் இருக்க வேண்டும்.

(அவன் நன்றி கூறி வணங்கிச் செல்லுகின்றான்.)

காட்சி - 34

ஒரு நாள் மாலை பட்டினத்தில் தெற்கு எல்லையில் இருப்பதாகிய சோலையில், ஆட்டனத்தியும் நெய்தலியும் உலவிய வண்ணம், அதன் அழகு பார்த்துக் களித்திருக்கிறார்கள். உப்பங்கழி சார்ந்ததோர் இடத்தில் சிறிது தொலைவில் வெண்தாழைக் காடு காட்சி தரலாயிற்று. சற்று நீண்ட ஓர் தாழையின் உச்சியில் பூத்திருந்த புதுப்பூவானது தன் இடை முறிந்து நிலை சாய்ந்திருக்கிறது.

ஆட்டனத்தி : அதுவென்ன நெய்தலி!

நெய்தலி : ஆண் அன்னம் என்று தோன்றுகிறது.

ஆட்டனத்தி : ஏன்?

நெய்தலி : பின்னென்ன அத்தான்? பெண் அன்னமாயிருந்தால், அது துணையைவிட்டுப் பிரிந்திருக்குமா?

ஆட்டனத்தி : ஆண் அன்னம்?

நெய்தலி : தனியே இருக்க அதனால் முடியும். ஆண்மையின் நெஞ்சு கல்லுக்கு நேர்.

ஆட்டனத்தி : நான்?

நெய்தலி : அப்படித்தான்!

ஆட்டனத்தி : ஐயோ! நாட்டை மறந்தும், நற்குடி மறந்தும், தேட்டம் மறந்தும், சேயிழை மறந்தும், உன் கூட்டுறவு

ஒன்றையே குறி எனக் கொண்டேன் - நீ என்பால் காட்டும் பேரன்பினால்! கண்ணிமைப்போதும் உன்னைப் பிரிய எண்ணியதில்லை. உன் கண்ணோட்டத்தைப் புறக் கணித்து, எப்போது நெய்தலி உன்னைப் பிரிந்திருக்க எண்ணினேன்?

நெய்தலி : நேற்று நீராடினோமா?

ஆட்டனத்தி : நாமிருவருந்தானே? பிரியவில்லையே!

நெய்தலி : அது சரி! அதன்பின்? நான் என் குழலுக்குப் புகை யூட்டிக் கொண்டிருந்தேனா?

ஆட்டனத்தி : நானுந்தானே இருந்தேன்.

நெய்தலி : இல்லை உங்கட்கு நினைவுபடுத்துகிறேன். உங்களைக் காணாமல் திடுக்கிட்டேனா?

ஆட்டனத்தி : ஆரைக் கேட்கிறாய்? எனக்கு நீ திடுக்கிட்டதுமா தெரிய முடியும்?

நெய்தலி : திடுக்கிட்டேன் அத்தான்!

ஆட்டனத்தி : சரி; சரி.

நெய்தலி : திடுக்கிட்டு என் கண்கள் தேடின உங்களை.

ஆட்டனத்தி : அருகில்தானே இருந்தேன்.

நெய்தலி : பிறகுதானே கிடைத்தீர்கள்?

ஆட்டனத்தி : பின்புறம் இருந்தபடி உன் குழல் தரையில் புரளாது தாங்கியிருந்தேன். இது பிரிவுக் குற்றமானால் அந்தக் குற்றத்தை இனியும் செய்வேன்.

நெய்தலி : *அதற்குச் சொல்லவில்லை அத்தான்! நான் இனிமேல் பாய் விரித்துக் குந்திக் குழலுக்கு அகிற்புகை காட்டு கிறேன். நீங்கள் என் கண்களை விட்டு விலக வேண்டாம்.*

ஆட்டனத்தி : *நல்லது. அது அன்னந்தானா! தன்னந் தனியாய் இருக்கிறதே!*

நெய்தலி : *அருகில் போய்ப் பார்க்க வேண்டும்.*

நெய்தலி, ஆட்டனத்தியின் கையைப் பற்றித் தூக்க அவன் எழுகிறான். அன்னங் காணச் செல்லுகிறார்கள்.

காட்சி - 35

ஆட்டனத்தி : *நெய்தலி! அன்னமுமில்லை; மயிலுமில்லை; அடி ஒடிந்து தொங்கும் வெண்டாமழையின் புதுப் பூ!*

நெய்தலி : *ஆம் அத்தான்!*

அதே நேரம் ஆட்டனத்தி நெய்தலி கையைப் பிடித்த படி சேற்றில் ஆழ்ந்துவிடுகிறான்.

நெய்தலி : *அத்தான்! அத்தான்! வழிப்பறிக்காரர் சூழ்ச்சி!*

அவள் அவன் கைகளைப் பற்றி மேல்நோக்கி இழுக்கிறாள்.

நெய்தலி : *தென்னூராரே! தென்னூராரே! ஐயோ! ஐயோ! கழுத்து வரைக்கும் புதைந்த என் காதலரின் கையைவிட்டால் பொன்னுடல் முழுதும் புதைந்திடுமோ! தென்னூராரே! தென்னூராரே! (ஆட்டனத்தியை நோக்கி) அத்தான்! இன்னும் ஆழமிருக்கிறதா? இவ்வளவுதானா?*

ஆட்டனத்தி : *வலக்கால் அடியூன்றும் அளவு கெட்டித் தரை தட்டுப் படுகிறது. மற்ற இடம் நம்பத்தக்கதில்லை. ஆயினும் நீ என் கையைவிட்டுச் சிறிது தொலைவிற் சென்று, உதவிக்கு மக்களை அழைக்கலாம்.*

நெய்தலி : *ஐயோ! கைவிடுவது எப்படி? தென்னூராரே, தென்னூராரே! (ஆட்டனத்தியை நோக்கி) இப்படிப் பள்ளம்*

வெட்டிச் சேறிட்டு ஆறலைக்கும் தீயர் இப்போது நம்மை நோக்கி வரக்கூடும்.

ஆட்டனத்தி : *அப்படியா? என் கையை விடு. நீயாயினும் எங்கே யாவது ஓடி மறைந்து உயிர் தப்பு!*

நெய்தலி : *நான் ஒப்புவேனா! ஐயோ! தென்னூராரே! தென்னூராரே!*

ஆட்டனத்தி : *உன் குரல் அவர்கள் காதில் விழவில்லை. சிறிது நெருங்கிக் குரல்கொடு! கையை விட்டுப் போ! நான் ஆழ்ந்துவிட மாட்டேன்.*

நெய்தலி அவன் கையை விட்டு ஊர் நோக்கி விரைந்து ஓடுகிறாள். அங்கு மரத்தில் பதுங்கியிருந்த கள்வன் ஒருவன் எதிர்ப்படுகிறான்.

கள்வன் : *நில்*

நெய்தலி : *ஐயோ! நீர் கள்வரா? நான் அணிந்துள்ள விலையுயர்ந்த முத்துத் தொங்கல் முதலிய எல்லாவற்றையும் கொடுத்து விடுகிறேன். உமக்குத் தேவையானது உடைமைதானே! உயிர் அல்லவே!*

கள்வன் : *மூன்று, உடைமை, உன் உடல், உயிர் - ஆகக் கூடி நீ!*

நெய்தலி : *நான் நன்றாயிருக்கிறனோ?*

கள்வன் : *குழம்பிலிட்ட நெற்றிலி மீன் போல் இருக்கவில்லையா உன் பேச்சு! கண் கருநாவற்பழம்! மூக்கு சிறு முள்ளங்கி. உதடு பலாச்சுளை. பல்லிமுட்டைப் பல். சொல்ல வர வில்லை உள்ளத்தில் இனிக்கிறதாயினும் -*

வருகிறாயா என்னுடன்? நீ வந்த வழியில் ஏதாவது புதுமை கண்டாயா? அங்கு நான் சேற்றுப் பள்ளம் வெட்டி வைத்தேன்; அதில் யாராவது சிக்கியிருக்கப் பார்த்தாயா?

நெய்தலி : *சிக்கிக் கொண்டால் என்ன செய்வது?*

கள்வன் : *அகப்பட்டவரைக் கொன்று, அவர் அணிகளைச் சுருட்டிக் கொள்வதுதான். வா, பள்ளத்தைப் போய்ப் பார்த்து வரலாம்.*

நெய்தலி : *(அவன்மேற் பாய்ந்து தன்னிரு கைகளாலும் அவன் கழுத்தைப் பிடித்து நெறித்தபடி) கொன்று விடுவாயா? கொன்றுவிடுவாயா?*

கள்வன் : *(அவள் கழுத்தை இரு கையாலும் பிடித்து நெரிக்கிறான்.) விடு!*

நெய்தலி : *(அவன் வயிற்றில் எட்டி உதைத்து நிலத்தில் தள்ளி, மீண்டும் அவன் கழுத்தை நெருக்குகிறாள்.) என் காதலரைக் கொன்று விடுமுன் உன்னைக் கொன்றுவிட மாட்டேனா?*

கள்வன் : *(எட்டி, நெய்தலியின் கழுத்தைப் பற்றி நெருக்குகிறான்) விடு.*

கள்வனும் நெய்தலியும் ஒரே நேரத்தில் உணர்வற்றுச் சாய்கிறார்கள். அதே நேரத்தில் தென்னூர்ச் செங்கானும், ஆட்களும் ஓடிவருகிறார்கள். கள்வன் கால் கைகள் பிணிக்கப்படுகின்றன. செங்கான், ஒருக்கணித்துச் சோர்ந்து கிடக்கும் நெய்தலியின் இடப்புறக் காதின் மறைவில் உள்ள நீல வடுவை உற்று நோக்குகிறான். உடனே அவளை

அன்புடன் எழுப்புகிறான். தண்ணீர் கொடுக் கிறார்கள்; நெய்தலி விழிக்கிறாள்.

நெய்தலி : அங்கே என் காதலர் சேற்றுப்பள்ளத்தில் கழுத்தளவு புதைந்து கிடக்கிறார்.

அனைவரும் நெய்தலியுடன் விரைந்து செல்லுகிறார்கள்.

ஆட்டனத்தி : நெய்தலி, நான் பள்ளத்தில் ஆழ்ந்துவிடவில்லை.

நெய்தலி : ஐயன்மீர்! என் காதலரைக் கைகொடுத்துத் தூக்கிக் காப்பாற்றுங்கள்.

செங்கான் : உன் உயிர் போன்றவரை நாங்கள் காப்போம். ஆயினும் அதற்குமுன் உன்னை ஒன்று கேட்போம்.

நெய்தலி : விரைவாக.

செங்கான் : மறையாமல் பதில் சொல்லுவதாக உறுதி கூறு.

நெய்தலி : நீவீர் யார்? உம் பெயர் என்ன?

செங்கான் : பயனற்ற கேள்வி

நெய்தலி : உண்மை கூறுவேன். உண்மை கூறுவேன்.

செங்கான் : உன் பெயர்?

ஆட்டனத்தி : மருதி.

நெய்தலி : மருதி! நான் செங்கான் என்பார்க்கும் செழியாள் என்பவர்க்கும் பிறந்தேன், மூன்றாம் பேறாக, என் பெரிய தந்தையின் நெய்தலி என்ற பெண்குழவி இறந்தது. அதை மறைத்து, குழவியாயிருந்த என்னை என் பெரிய தந்தை எடுத்துச் சென்றார். என் பெற்றோருக்கு - நெய்தலிக்

குழந்தையைக் கொடு விலங்கு தூக்கிப் போயிற்று என்று சொல்லி வைத்தார்கள்.

செங்கான் : *என் குழந்தாய்!* நான் தான் உன்னைப் பெற்ற செங்கான். உன் அன்னை வீட்டில் உள்ளாள்.

என்று கூறி, விரைந்து அனைவரும் ஓடி ஆட்டனத் தியை மீட்டு, உடலைத் தூய்மை செய்தபின், ஆட்டனத்தி, மருதி இருவரையும் செங்கான் வீட்டிற்கு அழைத்துச் செல்லுகிறார்கள், தென்னூரை நோக்கி.

காட்சி - 36

பட்டினத்தின் வடபால் பரபரப்படைந்திருக்கிறது. கட்டு மரத்தைக் கடலில் இறக்கியவர்கள் அப்படியே விட்டுப் புதுமை நோக்கிடும் அவாவால் விரைந்து செல்லுகின்றார்கள். பெண்கள் கைவேலை நிறுத்தி விரைகின்றார்கள். முதியோர் செல்லுகிறார்கள், ஓருடல் பட்டினத்தின் வடபால் ஒரு மரத்தின் அடியில் பிணம் போல் கிடக்கின்றது. அவ்வுடல் கொடி போன்றது. மின்னும் மணி பூண்டுள்ளது. அவ்வுடலில் பெண்மை திகழ்கின்றது.

அவள் சாகும் நிலையில் இருக்கின்றாள். உடலில் நிறையப் புண்கள். ஒவ்வொன்றிலும் கூரிய முள்!

நெய்தலியின் வீட்டில் சேர்க்கப்பட்ட அவ்வுடல், பல மருத்துவரால் சூழ்ந்துகொள்ளப்படுகிறது. மக்கள் சூழ்ந்து கொண்டிருக் கிறார்கள். பிணம் கண் விழிக்கிறது. அது பேசத் தலைப்படுகிறது. நான் எங்கே இருக்கிறேன்!

நெய்தலியின் தந்தை: *அம்மா! பட்டினத்தில் இருக்கிறாய். நீ மெய் மறந்து இவ்வூரின் வடபால் ஒருபுறம் வீழ்ந்து கிடந்தாய். உன்னை எடுத்து வந்தோம். நீயார் அம்மா!*

ஆதிமந்தி : *நான் இழந்த என் மணவாளனைத் தேடிக் கொண்டு காவிரிக் கரையோரம் பன்னாளாக நடந்து வந்தேன். ஆம்! இளைத்தேன்! ஆவி சோர்ந்தேன் ஒரு மரத்தடியில்! என் நிலை*

அறியேன் அதன் பின்பு! உங்கள் உதவியால் உயிர் பெற்றேன். என் சிறிய உடல் வீக்க மடைந்துள்ள இவ்வுடம்பை எழும்படி செய்யாது.

மருத்துவர்கள் ஆதிமந்தியின் உடலில் தைத்த முட்களை எடுக்கிறார்கள். மருந்து தடவுகிறார்கள். இலேசான உணவு தருகிறார் கள். அவளுக்குக் காய்ச்சல். அவள் உடல் கம்பளியால் மூடப்படுகிறது. அவள் தூக்கத்தில் புதைந்து விட்டாள்.

கம்பளிக்குள் இருந்து சில பேச்சுக்கள் வெளிவரு கின்றன. அத்தான்! அத்தான்! காவிரித் தாயே! என் அத்தானை –ஆவியை எங்க்கு கொடு.

மருத்துவர் : அவள் வாய் பிதற்றுகிறாள்.

நெ-**தந்தை :** ஆயினும், அவள் உள்ளம் தெரிகிறது! அவள் பேச்சுக்கள் பொருள் உடையன.

ஆதிமந்தி கம்பளியை எடுத்துப் போட்டுவிட்டு, எழுந்து உட்கார்ந்து விடுகிறாள். அவள் கூறுகிறாள்!

நான் மீண்டும் செல்ல வேண்டும் காவிரிக் கரையோரம். ஏன் எனில், என் அத்தானைத் தேடவேண்டும் ஆதலால்.

மருத்துவர் : அம்மே! காவிரி இவ்வூரோடு முடிகிறது இது பட்டினம்.

ஆதிமந்தி : அப்படியானால், என் மணாளர் இங்கு ஒதுக்கப் பட்டதுண்டா?

மருத்துவர் : உன் மணாளர் எவர் என்பதை யாம் அறியோமே! பன்னாளின் முன், ஒதுக்கப்பட்டார் ஓர் மன்னர் மகனார்!

ஆதிமந்தி : உயிர் வந்தது! இழந்த இன்பம் மீண்டது! அவர் இங்குத் தானா இருக்கின்றார்?

மருத்துவர் : ஆம் அம்மே! சற்றே அமைதியாய் இருக்கவேண்டும். இல்லாவிடில் மீண்டும் நோய் வலிவடையும்.

ஆதிமந்தி : நல்லது ஐயா.

ஆதிமந்தி இவ்வாறு சொல்லித் தன் ஆவலின் காரணமாகத் தன் உடையைத் திருத்துகிறாள். குழலை ஒதுக்குகிறாள். அவள் மணக்கண் முன் ஆட்டனத்தி காட்சியளிக்கிறான். அவள் குறுநகை கொள்ளுகிறாள். அவள் இந்நிலையிலிருக்கையில் ஆட்டனத்தியும் நெய்தலியும் அவ்வீட்டை நெருங்குகிறார்கள். வழியில் மருத்துவரை நோக்கினார்கள்.

காட்சி - 37

தாழ்வாரத்ரைதச் சேர்ந்த அறைக்குள் ஆதிமந்தி இருக்கிறான். அறைக்கதவு சாத்தப்பட்டிருக்கிறது.

ஆட்டனத்தி தாழ்வாரத்தை அடைகிறான். உடன் நெய்தலி இருக்கிறாள்.

நெ-தந்தை : *(ஆட்டனத்தியை நோக்கி) அதோ அந்த அறையில் தான் வந்த விருந்து!*

ஆட்டனத்தி : *(அறையின் வெளிப்புறத்திலிருந்தபடியே) காணக் கண் அவாக் கொள்கிறது! ஆயினும் அறைக் கதவு மறைக்கிறது.*

ஆதிமந்தி : அவர் குரல்!

வெளிவந்து ஆட்டனத்தியைக் காண, ஆட்டனத்தி அவளைக் காண்கிறான். இருவரும் ஒருவரை ஒருவர் தழுவுகிறார்கள். தழுவிக் கொண்ட பின் இரண்டுடல் ஒருடலாகவே காட்சியளிக்கிறது.

சூழ்ந்திருப்போர் முகங்கள் இரக்கத்தில் ஆழ்கின்றன. நெய்தலி வெய்யில் கண்டவள் போல் நோக்கி விழி கூசுகின்றாள். அவள் கால்கள் நாலடித் தொலைவு பின் சென்று நின்றன. நெய்தலியின் தோழி, நெய்தலியின் நிலைக்கு வருந்துவாள் போல் தோற்றமளிக்கிறாள். மீண்டும் அனைவரும் ஆட்டனத்தி ஆதிமந்தி அளவ ளாவுதலைப்

பார்த்து நிற்கிறார்கள். அப்போது ஆதிமந்தி தன் இரு கைகளையும் ஆட்டனத்தியின் இரு கன்னங் களிலும் அணைத்த படியும், அது போலவே ஆட்டனத்தி அவள் கன்னங்களையணைத்த படியும். அன்புவிழி நீர் பெருக்கி உயிர்ப்புடன் சில மொழிகளை வெளிப் படுத்துகிறார்கள்.

ஆதிமந்தி : *இழந்தேனோ என்று துடித்தேன். இழக்கவில்லை அத்தான்.*

ஆட்டனத்தி : *என் உயிரே, உன்னை மறந்தேன்; ஆயினும் உன்னைப் பெற்றுச் சிறந்தேன்.*

நெய்தலியும் தோழியும் இதுகேட்டு மெல்லெனப் பின் நோக்கி நழுவி, நெய்தலியின் அறையை அடைகிறார்கள்.

தோழி : *உனக்கோர் ஒப்புடையாள் (சக்களத்தி) தோன்றினாள்.*

நெய்தலி : *ஒருவனும் ஒருத்தியும் ஒருமனப்படுவது காதல்! ஒருத்தி உள்ளத்தில் ஒருவனுக்கு இடம் உண்டு. ஒருவன் உள்ளத்தில் ஒருத்திக்குத்தான் இடமுண்டு. அந்த உள்ளமே காதல் உள்ளம். அக்காதலே காதல். மற்றது சாதல். அவன் ஒளி அவள் வெளி! அவள் பாட்டு அவன் தமிழ்ச்சொல்! அவள் யாழ் அவன் இசை! மலர் மணம் இருவரும்!*

இன்னும் பார்க்கலாம் அங்குக் கூடியுள்ளவர்களின் தோளிடையில் நம் விழியைச் செலுத்தி. அவர்களின் பேச்சில் பெருக்கெடுக்கும் அன்பின் அருவியில் மூழ்கலாம்.

நெய்தலி செல்லத் தோழியும் உடன் செல்லுகிறாள்.

தாழ்வாரத்தில்

ஆட்டனத்தி : *சிறு வெப்பத்திற்கும் ஆற்றாது உருகி உருவழியும் வெண்ணெய் போன்ற உன் மெல்லிய உடல், என்னைத் தேடி அலையும் போது கடுவெயிலையும் தாங்கியது எவ்வாறு என் அன்பே! அன்பின் உறுதியே! பஞ்சுபடாப் பாடுபட்டனை யாயின் அது என்னால்! என்னால்! என்று கூறி மீண்டும் மார்போடு தழுவிக் கொள்கிறான்.*

ஆதிமந்தி : *(தழுவியபோது தன் தலையை அவன் தோள்மேற் கிடத்திக் கண்ணீர் உகுத்து) பெருவெள்ளம் உருட்டிற்றே திருமேனியை! நெடுநீளமுள்ள காவிரி படுகொலை செய்ய எண்ணிற்றே என் அன்பே! காவிரி வாழ்க! என் காதலரை என்னிடம் சேர்த்தது!*

(என்று கூறித் தன் முகத்தை அவன் முகத்தோடு பொருத்துகிறாள்.)

ஆட்டனத்தி : *(அவள் இரு தோளையும் இரு கையால் பிடித்து அசைத்து) நம் வாழ்வு தொடங்கிற்றே; இனி நம்மைப் பிரிப்பது எது? நடந்ததை மறந்து விடுவோம், ஆதிமந்தி!*

இதைக்கேட்ட நெய்தலி தன் தோழியுடன் பின்னோக்கி நடக்கிறாள்.

நெய்தலி : *அவன் அவளுக்கு! அவள் அவனுக்கு!*

தோழி : *இல்லை. அவன் உனக்கும் அவளுக்கும்!*

நெய்தலி : *அன்பும் உடலும் சேர்ந்தது அவன். இதில் எதைக் கூறுகிறாய் அவன் என்று?*

தோழி : *அன்பை*

நெய்தலி : *அது ஆதிமந்தியினின்று பிரிக்க முடியாத சொத்து!*

தோழி : *உடல் ?*

நெய்தலி : *பிணந்தானே!*

தோழி : *அவன் அழகு?*

நெய்தலி : *பிணத்தின் அழகு! எதற்காக அவ்வன்பையும் அவன் உடலையும் நாம் இடையிற் புகுந்து பிரிக்க முயல்வது? அன்புள்ள தோழி! காந்தமும் இரும்பும் சேருகின்ற சேர்க்கையின் நடுவில் நம் நிலை என்ன? என்னைத் தனியே விடு, நீ போ. அந்த இரண்டுள்ளமும் ஒன்றுபடும் அழகை நோக்கி வா! எனக்கு நல்ல முடிவு தேவை! அதை நான் எண்ண இடம் கொடு.*

தோழி போகிறாள். தாழ்வாரம் நோக்கி/ அவள் போனதை நோக்கி, நெய்தலி வெளியே விரைவாகச் செல்லுகிறாள்.

நெய்தலி : *(போகும் போது) அவள் அவனுக்கு! அவன் அவளுக்கு!*

அவள் மேலும் செல்லுகிறாள். கடற்கரையை அடைகிறாள். ஒளி குன்றாத மாலைப் போது. அங்கொரு கட்டுமரத்தில் ஒரு பெருங் கருங்கல்லை ஏற்றுகிறாள். ஒரு கயிற்றைத் தேடி, எடுத்து வந்து அக்கருங்கல்லைக் கட்டி, மறுமுனையைத் தன் கழுத்தில் பிணிக்கிறாள்; கட்டுமரத்தைக் கடலில் செலுத்துகிறாள்.

தாழ்வாரத்தில்

ஆட்டனத்தி : *தனக்கென வாழாத் தகைமையுடையாள் நெய்தலி! அவளே என்னைக் காப்பாற்றினாள். எனக்கு அவள் என் சென்ற உயிரை மீட்டுத் தந்தாள். சோறிட்டாள். உடை, தந்தாள், என்னைக் காத்து உனக்குத் தந்தாள்.*

ஆதிமந்தி : *என் அன்னையை எனக்குக் காட்டுங்கள். நெய்தலி யார்? எங்கே?*

தோழி : *அம்மா! இதோ அழைத்து வருகின்றேன்.*

ஆதிமந்தி : *இல்லை; இல்லை. நாமே அவள் அறைநோக்கிச் செல்வோம்.*

(செல்லுகிறார்கள்.)

தோழி : *அவள் இல்லை! எங்கே நெய்தலி? (பல பக்கமும் ஓடிக் கேட்கிறாள்)*

தோழி : *அவள் கடற்கரை நோக்கிச் சென்றாள்! அனைவரும் கடற்கரையை நோக்கிச் செல்லுகிறார்கள்.*

தோழி : *செல்லும் போதே வாழ்க்கையை வெறுத்துப் பேசினாள்!*

(அனைவரும் விரைந்து செல்லுகிறார்கள் கடற்கரையை நோக்கி.)

ஊரில்

சோழனும்,சோழமன்னியும் இரும்பிடர்த் தலையாரும், ஆட்டனத்தியின் தாயும், அமைச்சர் படைத்தலைவர் பலரும் தேரூர்ந்தும் குதிரை பல்லக்கு ஊர்ந்தும் பட்டினத்தை அடைகிறார்கள்.

ஊரார் : *யாரைத் தேடுகின்றீர்கள்? நீங்கள் யார்?*

சோழன் : *ஆதிமந்தி என்றோர் பெண்ணாள், அவளின் கண்ணான ஆட்டனத்தி இருவரையும் தேடிவந்தோம்.*

ஊரார் : *இருவருமே உள்ளார்.*

(சோழன் முதலியோர் மகிழ்ச்சியால் கை கொட்டுகிறார்கள்.)

சோழன் : *எங்கே ஐயன்மீர்?*

ஊரார் : *அதோ கடற்கரை நோக்கிச் செல்லுகிறார்கள். ஏன் எனில், தம்மைக் காப்பாற்றிய நெய்தலியைத் தேடித் செல்லு கிறார்கள். நெய்தலியும் ஆட்டனத்தியின் காதலிதான்.*

சோழன் முதலியவர்களின் ஊர்திகள் கடற்கரை நோக்கி விரைகின்றன.

காட்சி - 38

பல கட்டு மரங்களும் தோணிகளும் கடலில் தள்ளப் படுகின்றன. அலை கடந்து பல கட்டுமரங்களும் நடுக்கடலில் கண் செலுத்தி விரைகின்றன.

மற்றும் பல கட்டுமரங்கள், தோணிகள் நெய்தலியை, இரக்கத் தோடு நெருங்குகின்றன.

நெய்தலி : *(கழுத்தில் கட்டப்பட்ட கயிற்றுடன் கட்டு மரத்தில் எழுந்து நிற்கிறாள். அவள் கூந்தல் அவிழ்ந்து காற்றில் பறக்கிறது. அவள் இரு கைகளையும் மேல் தூக்கிப் பேசுகிறாள்)* தென்புலமே! இன்றிலும் நூறாயிர மடங்கு பெரிதாயிருந்த தென்புலமே! உன் பெரும் பகுதியை உண்டு ஒழித்தது தண்ணீர்தான்! கடற்புனல்தான்! அத்தண்ணீருக்குத் தப்பி வந்த தென்புலத்தாரே, இந்நாள் மட்டும் உன்னைக் காத்து வந்தார்; வருகின்றார். இங்குள்ள பெருமக்கள் இனியும் காப்பர்! தெற்கினின்று வடக்கு நோக்கி நகரும் பெரும் புனற் கடல் வெள்ளத்தைத் தம் தோளால் எதிர்த்து, சாக்காட்டுக் குழியை நிரப்பிவரும் தமிழர் இவ்வுலகுக்குப் பெருந்தொண்டு செய்து வருகின்றார்கள். அன்று உயிருண்ண விரைந்த காவிரி வெள்ளத்தைத் தன் மார்பினால் வலியடக்கிப் பிறர்க்கு நலம் செய்தான் ஆட்டனத்தி. அவன் எனக்கும் இன்பத்தை அருளினான். அவன் அவளுக்கு! அவன் அன்பும் அவன் அழகும், அவன் திருமேனியும் அவளுக்கு! நாளைக்கு

மக்களை ஒழித்துண்ணும் புனலில் நான் இன்றைக்கே என் காதலனைக் காணுகின்றேன்! இதோ புனலின் ஆழத்தில் அவன் உடல் என் மெய்ப்பாட்டில் தோன்றுகிறது. அங்கு நான் அவனைத் தழுவுகின்றேன்.

அவன் அவளுக்கு! அவள் அவனுக்கு இவ்வுலகில்!

நெய்தலி கட்டுமரத்திலிருந்த கல்லைக் கடலில் உதைத்துத் தள்ளுகிறாள். கல் தன்னிடமிருந்த கயிற்றால் நெய்தலியை இழுத்துக் கடலில் தள்ளுகிறது.

ஆட்டனத்தி : ஆம்! நம் காதல் வாழ்வுக்காக, அவள் உயிர் நீத்தாள்! ஆற்றொணாத் துன்பம்!

ஆதிமந்தி : என் உயிரை - என் அன்பை - என் மணவாளரை எனக் களிக்க அன்னை மருதி ஆவி நீத்தாள்.

அனைவரும் : வாழ்க நெய்தலி!

காட்சி - 39

நெய்தலி என்னும் மருதிக்குக் கடற்கரையில் கல்நாட்டப் படுகிறது.

சோழன் முதலிய அனைவரும், ஆட்டனத்தி - ஆதிமந்தி இருவரும்;

தனக்கென வாழாதாள்

மருதியின் பேர் வாழ்க!

முற்றும்.

★★★

9 788168 572911